കുട്ടികളുടെ നോവൽ

അവർ മൂവരും ഒരു മഴവില്ലും

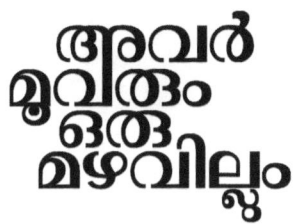

കുട്ടികളുടെ നോവൽ

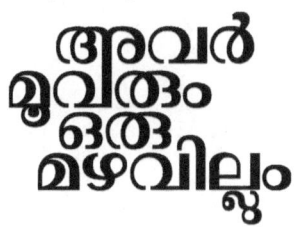

അവർ മൂവരും ഒരു മഴവില്ലും

രഘുനാഥ് പലേരി

Little Green

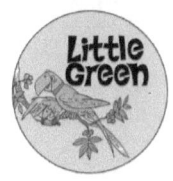

little green
an imprint of green books private limited
gb building, civil lane road, ayyanthole,
thrissur- 680 003, kerala, ph: +91 487-2381066, 2381039
website: www.greenbooksindia.com
e-mail: info@greenbooksindia.com

malayalam
avar moovarum oru mazhavillum
children's novel
by
raghunath paleri

first published april 2018
copyright reserved

cover design : rajesh chalode
cover image: pankaj jagya/istockphoto
illustrations : haku

branches:
thrissur 0487-2422515
palakkad 0491-2546162
kannur 0497-2763038
thiruvananthapuram 0471-2335301

isbn : 978-93-87331-80-8

---

no part of this publication may be reproduced,
or transmitted in any form or by any means,
without prior written permission of the publisher

LGPL/013/2018

സമർപ്പണം

ശ്രീ മൻസൂർ കൈലമടത്തിന്...

മൻസൂർ സ്നേഹിക്കുന്നതുപോലെ
ഈ ലോകത്തെ സ്നേഹിക്കുന്ന മറ്റൊരാളെ
ഞാൻ ഇനിയും കാണേണ്ടിയിരിക്കുന്നു.

ആമുഖം

ചാംചാം ചമ്മീംചമ്മീം

എന്നിലെ ഓർമ്മകൾ ആരംഭിക്കുന്നത് കോഴിക്കോട് കിഴക്കേ നടക്കാവിലെ ചോമത്ത് താഴം വയലിലെ, പ്രിയ ചങ്ങാതി ലോഹിതാക്ഷന്റെ അമ്മയുടെ വാടക വീടിന്നകത്തും പുറത്തുമായി ഞങ്ങൾ അച്ഛനും അമ്മയും മക്കളും ഒന്നു ചേർന്നുള്ള ആ കുഞ്ഞുനാളിൽ ആസ്വദിച്ച് അനുഭവിച്ച ഒത്തിരി ജീവിത നുറുങ്ങുകൾ മുതലാണ്.

ചില മധുര പലഹാരങ്ങൾ കഴിക്കാനായി കൈയിൽ പിടിച്ച് കടിക്കുമ്പോൾ ആ പലഹാരത്തിൽ നിന്നും ചില തരികളും പൊടികളും കുഞ്ഞു കഷ്ണങ്ങളും ദേഹത്ത് അവിടവിടെ വീഴും. ചിലത് കാൽച്ചുവട്ടിൽ വീഴും. ചിലത് ഇരിക്കുന്ന കസേരയിലോ നിൽക്കുന്ന വഴിയിലോ വീഴും. അറിയാതെ നമ്മൾ അതപ്പോൾതന്നെ പെറുക്കി കഴിച്ചു പോകും. കളയേണ്ടതല്ല അതെന്ന സത്യം മനസ്സിന്റെ ഉള്ളിൽ എവിടെയോ നേരത്തെ ഒളിഞ്ഞു കിടക്കുന്നതു കൊണ്ടാവും അങ്ങനെ സംഭവിക്കുന്നത്. സത്യത്തിൽ അതിനൊരു പ്രത്യേക രുചിയാണ്. അത്തരം രുചിക്കഷ്ണങ്ങളാണ് കുഞ്ഞുന്നാളിൽ ശരീരത്തിലും മനസ്സിലും വീഴുന്ന ചില ജീവിതാനുഭവങ്ങളും. ഏത് കുഞ്ഞും അത് അനുഭവിച്ചേ പറ്റൂ. ആസ്വദിച്ചേ പറ്റൂ... വളർന്നു പ്രായമാകുമ്പോൾ ആ പ്രോട്ടീൻ നുറുങ്ങുകൾ ജീവിതത്തിന്റെ താങ്ങും തണലും മനോധൈര്യവും ശക്തിയും കാഴ്ച്ചപ്പാടുമായി ആ കുഞ്ഞിനെ അവന്റെ ജീവിതമെന്ന മണ്ണിൽ ഉലയാതെ പിടിച്ചു നിർത്തും.

ഓർമ്മകളെന്ന ജീവിത നുറുങ്ങുകളുടെ ആരംഭത്തിലേക്ക് എന്നെ അങ്ങേയറ്റം വലിച്ചടുപ്പിച്ചാൽ ഞാൻ എത്തിപ്പെടുന്നത് ഏതാണ്ട് കോഴിക്കോട് കിഴക്കേ നടക്കാവ് സർക്കാർ യുപി സ്കൂളിലെ ഒന്നാം ക്ലാസിലാണ്. ആ ക്ലാസിലെ ഏതോ ഒരു ദിവസം. ഏതോ ഒരു ബഞ്ച്.

അതിൽ ഏതാണ്ട് മദ്ധ്യത്തിൽ ഇരിക്കുന്ന എന്റെ തോളി ലൂടെ ഇരുവശത്തു നിന്നും കയ്യിട്ട് ആ ബഞ്ചിലെ ആറോളം കുട്ടികൾ മുന്നോട്ടും പിന്നോട്ടും ആടിക്കൊണ്ട് കുറെ നേരം ചാംചാം ചമ്മീംചമ്മീം എന്നു പാടുന്നു. ഇപ്പോഴും അവരെന്റെ തോളിലൂടെ കയ്യിട്ട് ചാംചാം ചമ്മീംചമ്മീം പാടുന്നുണ്ട്. അവരെ ഞാനിപ്പോഴും കാണുന്നത് അതേപോലെയാണ്. ഞാനാവട്ടെ അവർക്കിടയിൽ ഇന്നത്തെ ഈ പ്രായത്തോടെ ഇരിക്കുന്നു. വല്ലാത്തൊരു ആനന്ദമാണ് അത്തരം ഓർമ്മകൾ എനിക്ക് തരുന്നത്. കുഞ്ഞുനാളിൽ ഓർമ്മച്ചെപ്പിൽ പെറുക്കി യിട്ട നുറുങ്ങ് അനുഭവങ്ങളെന്ന വിത്തുകളിൽനിന്നു തന്നെ യാവാം പിൽക്കാലത്ത് നമ്മളിൽ നിന്നും പലതും പുനഃ സൃഷ്ടിക്കപ്പെടുന്നതും. എല്ലാ വിത്തുകളും വിതയ്ക്കുന്നത് കുട്ടിക്കാലത്താണ്. വിളവെടുക്കുന്നത് പ്രായമായിട്ടും.

വളരെ ചെറുപ്പത്തിൽ അമ്പിളിമാമനെ കിട്ടിയിരുന്നെങ്കിൽ എന്ന് ഞാനും കൊതിച്ചിരുന്നു. തറവാട്ടു മുറ്റത്ത് വലിയ മ്മാവൻ കാറ്റുകൊണ്ട് കിടക്കാനായി ഇടുന്ന പുൽപ്പായ വിരിച്ച കട്ടിലിൽ ആകാശം നോക്കി മലർന്നു കിടന്ന് അമ്പിളിമാമ നിൽ തന്നെ നോക്കിയിരുന്ന എത്രയോ രാത്രികൾ ഇന്നും എന്റെ മനസ്സിലെ ആകാശം നിറയെ ഉണ്ട്. മഴവില്ലെന്ന അദ്ഭുതം ഇന്നും അദ്ഭുതം തന്നെ.

ഈ കഥയിൽ ചിന്തു കണ്ട കാക്കാലൻ ചെറിയ ക്ലാസിൽ പഠിക്കുമ്പോൾ ഞാൻ കണ്ട കാക്കാലൻ തന്നെയാണ്. ആ കാക്കാലനെ പിൻതുടർന്ന് ഞാൻ നടത്തിയ യാത്ര ഒടുക്കം എന്നെ എത്തിച്ചത് വീട്ടിൽ നിന്നും എത്രയോ നാഴിക ദൂരെ യുള്ള വെസ്റ്റ്ഹിൽ മൈതാനത്താണ്. ഇന്നും തീവണ്ടിയിൽ ആ വഴി കടന്നു പോകവേ, അന്ന് കൈവിട്ട കാക്കാലനെ അവിടെ ഞാൻ തിരയാറുണ്ട്.

ആ മൈതാനം ഇപ്പോൾ വെസ്റ്റ്ഹില്ലിൽ ഇല്ല.

പക്ഷേ കാക്കാലൻ എന്റെ കൂടെ തന്നെ ഉണ്ട്.. ∎

അവർ മൂവരും ഒരു മഴവില്ലും

ഒന്ന്

ചിന്തു

നിലത്ത് കിടത്തിവെച്ച കുരിശുപോലെ ഇരുവശത്തേക്കും ഓരോ നിരത്ത്.

അതിലൊന്നിന്റെ അരികിലാണ് ചിന്തുവിന്റെ വലിയ വീട്.

അതിബുദ്ധിമാനാണ് ചിന്തു.

അതിസുന്ദരാണ് ചിന്തു.

അതിശാഠ്യക്കാരനാണ് ചിന്തു.

അതിവാശിക്കാരനാണ് ചിന്തു.

അതിചന്തമുള്ളവനുമാണ് ചിന്തു.

ശാഠ്യവും വാശിയുമെല്ലാം ഉള്ളിലേ ഉള്ളൂ. അതെല്ലാം ചിന്തുവിന്നുള്ളിലെ കൗതുകങ്ങൾ മാത്രം. ശാഠ്യവും വാശിയുമായി പുറത്തേക്ക് ഒന്നും വരാറില്ല. വരുന്നത് ചിന്തുവിന് ഇഷ്ടവുമല്ല.

ചിന്തുവിന് ഇപ്പോൾ വയസ്സ് ആറ്. അത് കടലാസിൽ. സത്യം പറഞ്ഞാൽ അഞ്ചാവാൻ ഇനിയും ഒരു കൊല്ലംകൂടി കാത്തിരിക്കേണ്ട കാലം. വയസ്സ് കൂട്ടിപ്പറഞ്ഞ് നേരത്തെ നഴ്സറിയിൽ ചേർത്തിയതുകൊണ്ടാണ് ഇപ്പോൾ ഒന്നിൽനിന്നും രണ്ടാം ക്ലാസ്സിലേക്കുള്ള കയ്യാലപ്പുറത്ത് എത്തിയത്.

നോക്കിക്കോ..,

ചിന്തു ഈ വർഷം രണ്ടാം ക്ലാസ്സിലേക്ക് പ്ലീം എന്ന് ജയിച്ചു വീഴും. അതാണ് പറഞ്ഞത്.

അതിബുദ്ധിമാനാണ് ചിന്തു.

അതിസുന്ദരനാണ് ചിന്തു.

അതിശാഠ്യക്കാരനാണ് ചിന്തു.

അതിവാശിക്കാരനാണ് ചിന്തു.

ചിന്തുവിന് ഒരു ചേച്ചിയേ ഉള്ളൂ.

മോട്ടി.

അത് വിളിക്കുന്ന പേര്. ശരിയായ പേര് ടിയാര. അത് ആരും ഇതുവരെ വിളിച്ചിട്ടില്ല. സ്കൂൾ രജിസ്റ്ററിൽ മാത്രമേ അത് കാണൂ. മമ്മിയും ഡാഡിയും വീട്ടിൽ വരുന്ന ആന്റിമാരും അങ്കിൾമാരും എന്തിന് വീട്ടിലെ നായപോലും ചിന്തുവിന്റെ ചേച്ചിയെ മോട്ടിയെന്നാണ് വിളിക്കാറ്. പുതുതായി വാങ്ങിയ ഏതോ പാചകനിധിയിൽ നിന്നും മമ്മിക്ക് കിട്ടിയതാണ് ആ പേര്. അവരത് ചിന്തുവിന്റെ ചേച്ചിക്ക് ഇട്ടു.

ഒരൊറ്റ വിളി.

മോട്ടീ....

പക്ഷേ ചിന്തു ചേച്ചിയെ ഒരു പേരിലേ വിളിക്കൂ. ചേച്ചി എന്നുമാത്രം. ചേച്ചിക്കും അതിഷ്ടമാണ്. ചിന്തു ഒന്നാം ക്ലാസിലാണെങ്കിൽ ചേച്ചി എട്ടിലാണ്. ചിന്തുവിന് ചേച്ചിയുടെ പിറകെയെത്താൻ ഒത്തിരികാലം കഴിയേണ്ടിവന്നു. അതുകൊണ്ട്, ചിന്തു അനിയനായി എത്തുന്നതുവരെയും മോട്ടിയുടെ ജീവിതം അസഹ്യമായിരുന്നു. കൂട്ടിന് ഒരാളുപോലുമില്ല.

നായ മാത്രം.

പിന്നെ ആയയും.

രണ്ട്

മതിലിനപ്പുറത്തെ കരുമാടിക്കുട്ടന്മാർ

ആകാശത്തുനിന്നും നോക്കിയാൽ കുരിശുപോലെ കാണാവുന്ന രണ്ടു നിരത്തുകൾക്കും ഇടയിലായി പരന്നുകിടക്കുന്ന അനേകം വലിയ വലിയ വീടുകളുടെ കൂട്ടത്തിന്റെ പേര് പ്രസിഡണ്ട് കോളനി എന്നാണ്. വീടുകൾ മാത്രമല്ല. അതിനുള്ളിൽ തന്നെ കൾച്ചറൽ സെന്ററും പാർക്കും നീന്തൽക്കുളവും ആകാശവീക്ഷണം നടത്തുവാൻ പറ്റിയ സ്തൂപവും ഡോഗ്ഷോ നടത്തുന്ന മൈതാനവും ചെറുതായി ഗോൾഫ് കളിക്കുന്ന പുൽമേടും എല്ലാം ഉണ്ട്.

ഇത്രയൊക്കെ ഉണ്ടായിട്ടും കോളനിയുടെ അന്തസ്സ് നശിപ്പിക്കുവാനെന്നപോലെ അതിരിലെ നിരത്തിന്ന് ഒരുവശം ധാരാളം ചാളക്കുടിലുകൾ ഉയർന്നുവന്നിരുന്നു. അതായിരുന്നു പ്രസിഡണ്ട് കോളനിയിലെ അന്തേവാസികളുടെ ഒരേയൊരു ദുഃഖം. അതിൽനിന്നും ഇടയ്ക്കിടെ ചാളയിലെ കറുകറുത്ത കരുമാടിക്കുട്ടന്മാർ കോളനി നിരത്തിലേക്ക് ഇറങ്ങി വന്ന് ഗോട്ടി കളിക്കും.

ചുള്ളിയും കോലും കളിക്കും. തലപ്പന്ത് കളിക്കും. കമ്പികെട്ടി വലിച്ച് ചെറുതായി സർക്കസ്സും കളിക്കും. തെങ്ങിൻ മടലുകൾ ചെത്തി മിനുക്കി ബാറ്റുണ്ടാക്കി ക്രിക്കറ്റും കളിക്കും. അത് കാണുമ്പോൾ പ്രസിഡണ്ട് കോളനി വീടുകളിലെ മമ്മിമാരും ഡാഡിമാരും സ്വന്തം കുട്ടികൾക്ക് കണ്ണുരുട്ടി താക്കീത് നൽകും.

"ആ കുട്ടികളുടെ കൂടെ കളിക്കരുത്. അവരുടെ കൂട്ടു ചേരരുത്. ദെ ആർ സ്ളംഡ്വല്ലേർസ്. ഡേർട്ടി ക്രീച്ചേർസ്.."

അവർ ആയമാരെ ശട്ടം കെട്ടി. വളർത്തുനായ്ക്കൾക്ക് കുട്ടികളുടെ മണം പിടിപ്പിച്ചു. മോട്ടിയും ചിന്തുവും ബുൾബുളും ആ ശാസന പലവുരു കേട്ടിട്ടുണ്ട്. അവർ ഒന്നും മറുത്തു പറയില്ല. മിണ്ടാതെ നിന്നു കേൾക്കും. എന്നിട്ടും അവിടേക്ക് പോകാൻ ആഗ്രഹിച്ചാൽ ചിന്തുവിനോട് മോട്ടി വേണ്ടാട്ടോ... വേണ്ടാട്ടോ...ന്ന് പറയും.

താഴെ അഞ്ചുമുറി.
മുകളിൽ നാലുമുറി.
മുകളിലും താഴെയും വരാന്ത.
മുകളിലെ കിടപ്പു മുറികൾക്ക് ബാൽക്കണി.
നാലിലും ശീതീകരണ യന്ത്രം.
ചുമരു വരെ തണുത്ത് വിറക്കുന്ന തണുപ്പു തരുന്ന യന്ത്രം.
താഴെ ഒരു മുറിയിൽ നായ.
ഒരു മുറിയിൽ ആയ.
ഒരു മുറിയിൽ വേലക്കാരി.
ഒരു മുറിയിൽ തോട്ടക്കാരൻ.
ഗെയിറ്റിനരികിൽ ഗൂർഖ.
മുകളിലെ മുറി ഒന്ന് ചിന്തുവിന്.
ഒന്ന് മോട്ടിക്ക്.
ഒരെണ്ണം അടുത്ത കൊല്ലമായാൽ ബുൾബുളിന്.
ഒരെണ്ണം മമ്മിക്കും ഡാഡിക്കും.
ഇതേതു മുറിയാണ്.. ഇതാരുടെ മുറിയാണ്... എന്ന് ചോദിക്കേണ്ട താമസം ചിന്തുവും ബുൾബുളും കാണാപാഠം പറയും. അവർക്കതെല്ലാം മനഃപാഠമാണ്.
രണ്ട് കാറുകളുണ്ട് ചിന്തുവിന്റെ വീട്ടിൽ.
ഒന്ന് ഡാഡിക്ക് ഓഫീസിൽ പോകാൻ.
ഒന്ന് മമ്മിക്കും നായയ്ക്കും ക്ലബ്ബിൽ പോകാൻ.
ചിന്തുവിന്റെ ഡാഡി സുന്ദരനാണ്. വേഷം കണ്ടാൽ ആരും ഒന്നു നോക്കും.
തലയിൽ വൃത്തിയുള്ള കഷണ്ടി. ഡാഡി ഉറങ്ങുന്ന സമയത്ത് ചിന്തു കഷണ്ടിയിൽ കണ്ണാടി നോക്കാറുണ്ട്. ഡാഡിക്ക് ഓഫീസിൽ ഒരു സെക്രട്ടറിയുണ്ട്. നീണ്ടുകൊലുന്നനെ ഒരു പെണ്ണ്. ആ പെണ്ണ് ചിന്തു വിനെ കണ്ടാൽ കിന്നാരം പറയും. എടുത്തു മുത്തും. ചിന്തുവിന് ആ മുത്തം ഇഷ്ടമല്ല. അതിനൊരു ചുകപ്പ് നിറവും പെപ്പർമിന്റിന്റെ ചുവയും ഉണ്ട്.
ഡാഡി എപ്പോൾ വീട്ടിൽ നിന്നും ഇറങ്ങുന്നുവെന്നോ, എപ്പോൾ വന്നു കയറുന്നുവെന്നോ ചിന്തുവിനോ ബുൾബുളിനോ അറിയില്ല. ഡാഡി വരുമ്പോഴും അവർ നല്ല ഉറക്കമായിരിക്കും. ഡാഡി പോകുമ്പോഴും അവർ നല്ല ഉറക്കമായിരിക്കും. ഡാഡിക്ക് അത്രയേറെ തിരക്ക്. ഡാഡി

യുടെ വാച്ചിൽ ഇരുപത്തിനാലുമണിക്കൂർ സമയം പോരാതെ വരുന്നതിനാൽ സൂചികൾ രണ്ടും പരിഭ്രമിച്ചാണ് നടപ്പ്. ഡാഡി ഉറങ്ങുവാൻ പോകുമ്പോൾ മമ്മിയോട് ചിന്തുവിനെ അന്വേഷിക്കും. മമ്മി ചിന്തുവിനെ ഉണർത്തും. എന്നിട്ടുപറയും.

"പോ പോയി ഡാഡിയോട് ഗുഡ്നൈറ്റ് പറ.."

ചിന്തു സ്വപ്നാടനത്തിലെന്നപോലെ നടന്ന് ചെന്ന് ഗുഡ്നൈറ്റ് പറയും. ഡാഡി തിരിച്ചും പറയും. അത് ചിന്തു കേൾക്കാറില്ല. നടത്തത്തിനിടയിൽതന്നെ അവൻ ഉറങ്ങിയിട്ടുണ്ടാവും.

ഒരിക്കൽ ആയ ചിന്തുവിനോട് ചോദിച്ചു.

"ചിന്തുവിന് മമ്മിയോടാണോ ഡാഡിയോടാണോ കൂടുതൽ ഇഷ്ടം..?"

ചിന്തു ആയയെ തന്നെ കുറച്ചു നേരം നോക്കി നിന്നു.

എന്നിട്ട് ചോദിച്ചു.

"ആയയ്ക്ക് മോട്ടിയെ ആണോ ബുൾബുൾനെയാണോ കൂടുതൽ ഇഷ്ടം...?"

"എനിക്ക് ചിന്തുവിനോടാണ് കൂടുതൽ ഇഷ്ടം."

ചിന്തു ആ ഉത്തരം സ്വീകരിച്ചില്ല.

"മോട്ടിയും ബുൾബുളും ഇല്ലെങ്കിൽ ഞാനും ഇല്ലല്ലോ. പിന്നെങ്ങനാ എന്നെ മാത്രം ഇഷ്ടാവുന്നത്...?"

ആയ അത് വളച്ചൊടിച്ചു പൊട്ടിച്ച് മമ്മിയോട് പറഞ്ഞു.

"ചിന്തൂന് മമ്മേ്യം ഡാഡ്യേം ഇഷ്ടല്ല. അവന് ഏറ്റവും ഇഷ്ടം മോട്ട്യേം ബുൾബുൾനേം ആണ്."

അരികിൽ മോട്ടി നിൽക്കുന്നത് ഓർമ്മയില്ലാതെ ആണ് ആയ അത് മമ്മിയോട് പറഞ്ഞത്. മോട്ടി കേട്ടതുകൊണ്ട് ചിന്തു വഴക്ക് കേൾക്കാതെ രക്ഷപ്പെട്ടു. കേട്ടപ്പോൾ മമ്മിക്കു കോപം വന്നു. ഇഷ്ടമില്ലെങ്കിൽ വേണ്ട. എന്നാലും അതിങ്ങനെ ആയയോട് പറയണോ...?

ചിന്തു കണ്ണടച്ചു കാത്തു നിന്നു. നുള്ളോ പിച്ചോ കിട്ടുന്നുണ്ടെങ്കിൽ കിട്ടട്ടെ. കാണാതിരുന്നാ മതി. കാണുമ്പോഴാണ് പേടിയാവുക. കരച്ചിൽ വരുക.

എന്തോ.. ഒന്നും സംഭവിച്ചില്ല. മോട്ടി ചിന്തുവിനെ അവളുടെ മുറിയിലേക്ക് കൊണ്ടുപോയി. പിന്നീട് ആയ ലോഗ്യം പറഞ്ഞു വന്നിട്ടും ചിന്തുവും മോട്ടിയും മിണ്ടിയില്ല. ബുൾബുളിന് ഒന്നും മനസ്സിലായതും ഇല്ല.

ചിന്തുവിന്റെ മമ്മിയെ കണ്ടാൽ തോല് കളഞ്ഞ വെള്ളരിക്കപോലെ തോന്നും. നല്ല മിനുപ്പ്. നല്ല മാർദ്ദവം. ഏതു വെയിലത്തും അഴകുള്ള കണ്ണിനെ രക്ഷിക്കുന്ന പോളറോയിഡ് ഗോഗിൽസ്.

കയ്യില്ലാത്ത ബ്ളൗസ്. തിളങ്ങുന്ന സാരി. കയ്യിലെ വാനിറ്റി ബാഗിൽ പലതരം റസീറ്റു ബുക്കുകളും അലവല സാധനങ്ങളും. കാലിലെ നഖം മുതൽ വായിലെ പല്ലുകൾക്കുവരെ പലവിധ നിറം. ആകപ്പാടെ ഒരു പ്ലാസ്റ്റിക്ക് സൂര്യകാന്തിപ്പൂ.

മമ്മിയുടെ ഒരേ ഒരു കൂട്ട് നായ. വലിയൊരു പഞ്ഞിത്തലയിണ പോലുള്ള നായ. മമ്മിയും രാവിലെ പോകും. രാത്രിവരും. അതിനിടയിൽ പിക്നിക്ക്. കോൺഫറൻസ്. കോലാഹലം. യാത്രയയപ്പ്. കണ്ണെഴുതൽ. നഖം നീട്ടൽ. ഒന്നും പറയണ്ട മമ്മിക്ക് തിരക്കുതന്നെ. അതിനിടയിൽ

എന്ത് മോട്ടി? എന്ത് ചിന്തു...? എന്ത് ബുൾബുൾ? മമ്മിക്ക് മമ്മിയുടെ ലോകം. ഡാഡിക്ക് ഡാഡിയുടെ ലോകം.

എന്നാൽ ചിന്തുവിനും മോട്ടിക്കും ബുൾബുളിനും ഓരോരോ ലോക മില്ല. അവർക്ക് അവരുടേതായ ലോകം മാത്രം. അവർ സ്വയം മെനഞ്ഞെ ടുത്ത അവർ മാത്രം സ്വർഗ്ഗം കണ്ടെത്തുന്ന ലോകം. ആ ലോകത്തിന്റെ കഥയാണ് ചിന്തുവിന്റെ കഥ. ചിന്തുവിന്റെ കഥയാണ് ചിന്തുവിന്റെ വീട്ടിലെ കഥ.

മൂന്ന്
പറക്കുന്ന പന്തും
പാടാത്ത വീണയും

ചിന്തുവിന്റെ ഒരേ ഒരു കൂട്ട് മോട്ടിയും ബുൾബുളും.
ചിന്തു മോട്ടിയുടെ മടിയിൽ കയറി ഇരിക്കും.
ബുൾബുൾ ചിന്തുവിന്റെ മടിയിലും.

വീട്ടിൽ ആയ ഉണ്ടെങ്കിലും മോട്ടി അനിയനെയും അനിയത്തിയേയും ആയയുടെ അടുത്തേക്ക് അധികം വിടാറില്ല. അവർക്കു വേണ്ടതെല്ലാം അവൾ തന്നെ ചെയ്തു കൊടുക്കും. അവർ തന്റെ പൊന്നനിയനും പൊന്നനിയത്തിയുമല്ലേ.

തോട്ടക്കാരന്ന് ഏതു നേരവും ചെടി നനയ്ക്കലും പുല്ല് പറിക്കലുമാണ് ജോലി. ഗൂർഖക്ക് ഏതു നേരവും വീട്ടുകാവലാണ് ജോലി. ആയക്ക് ഏതു നേരവും കാഡ്ബറീസ് മുട്ടായി കട്ടു തിന്നലാണ് പണി. അതു കൊണ്ട് അവരാരും ചിന്തുവിനെയും മോട്ടിയെയും ബുൾബുളിനെയും ശല്യം ചെയ്യില്ല. സ്കൂൾ ഉള്ള ദിവസം അവർ സ്കൂളിൽ പോകും. അല്ലാത്തപ്പോൾ മുകളിലെ മുറിയിൽ കയറി ജനലഴികൾ പിടിച്ച് പുറത്തേക്ക് നോക്കി നിൽക്കും.

അപ്പോൾ അകലെ മൈതാനത്ത് കുട്ടികൾ പന്ത് കളിക്കുന്നുണ്ടാവും. സൈക്കിൾ ചവിട്ടുന്നുണ്ടാവും. തലകുത്തിമറിയുന്നുണ്ടാവും. നിരത്തോരത്ത് കരുമാടിക്കുട്ടന്മാർ ഗോട്ടി കളിക്കുന്നുണ്ടാവും. സർക്കസ്സ് കളിക്കുന്നുണ്ടാവും. നോക്കി നോക്കി നിന്ന് അവർ അവരിൽ ഒരാളാവും. മനസ്സിന്റെ വേലി ചാടിക്കടന്ന് അവർ അവർക്കരികിലെത്തും. അതോടെ എല്ലാം മറക്കും.

എട്ടാംക്ലാസിലാണെങ്കിലും മോട്ടിക്ക് എൺപതിന്റെ മനസ്സാണ്. ഏഴ് വർഷം തനിച്ച് ജീവിച്ചവളാണ് മോട്ടി. ഏഴു വർഷം കഴിഞ്ഞാണ് ചിന്തു അനിയനായി വന്നത്. ഒരു പട്ടാളച്ചിട്ടയിലായിരുന്നു അവരുടെ ജീവിതം. ഒരു കൂട്ടില്ല. ഒരു വികാരവുമില്ല. ഒരു ആഗ്രഹവുമില്ല. നിറയെ സ്വപ്നം മാത്രം. ഇനിയും പൂക്കളായി മനസ്സെന്ന തോട്ടത്തിൽ വിരിയേണ്ട

സ്വപ്നങ്ങൾമാത്രം. മോട്ടിക്ക് വളരെയേറെ പക്വതയുണ്ടെന്ന് മമ്മിക്ക് തോന്നിയിട്ടുണ്ട്. അവർ അത് അവരുടെ ചങ്ങാതിമാരോടും പറഞ്ഞിട്ടുണ്ട്.

"സീ മോട്ടി. ഷീ ഈസ് വെരി റെറ്റിസെന്റ്..."

എന്താണ് റെറ്റിസെന്റ് എന്നു വെച്ചാൽ..? ചിന്തു മോട്ടിയോട് തന്നെ ചോദിച്ചു. ആദ്യം ചിന്തു വിചാരിച്ചത് അതൊരു ചോക്ക്ളേറ്റിന്റെ പേരാണെന്നാണ്. മോട്ടി ചിന്തുവിന് മമ്മി പറയുന്ന റെറ്റിസെന്റ് എന്താണെന്ന് പറഞ്ഞു കൊടുത്തു.

"അത് ചോക്ക്ളേറ്റും പാവക്കുട്ടീം ഒന്നുമില്ല ചിന്തൂ. ഒരാളുടെ മനസ്സിനകത്തുള്ള ചിന്തകളും ആഗ്രഹങ്ങളും പെട്ടെന്ന് ആരോടും പുറത്ത് പറയാതെ അയാൾ മനസ്സിൽ തന്നെ സൂക്ഷിക്കുന്ന അവസ്ഥയ്ക്കാണ് റെറ്റിസെന്റ് എന്നു പറയുന്നത്..."

"എന്റമ്മോ...!!"

ചിന്തുവിന് ഒന്നും മനസ്സിലായില്ല.

മോട്ടി ചിരിച്ചു.

ചിന്തു വീണ്ടും ചോദിച്ചു.

"അതെന്താ ആ സാധനം പുറത്ത് പറഞ്ഞാൽ..?"

"പറഞ്ഞാലും ആർക്കും മനസ്സിലാവൂല. പിന്നെന്തിനാ പറയുന്നത്...?"

അത് ശരിയാണെന്ന് ചിന്തുവിനും തോന്നി.

"എന്നാ പിന്നെ പറയണ്ട അല്ലേ...?"

മോട്ടി അപ്പോഴും ചിരിച്ചു.

"അതെ. പറയണ്ട...!!"

ചിന്തുവും മനസ്സിൽ പറഞ്ഞു.

മനസ്സിലാവില്ലെങ്കിൽ പിന്നെ ഒന്നും പറഞ്ഞിട്ട് കാര്യമില്ല. മോട്ടി മമ്മി പറയുന്ന റെറ്റിസെന്റാവുന്നതാണ് നല്ലത്. അങ്ങനെയാണെങ്കിൽ ചിന്തുവും റെറ്റിസെന്റാവാം. ബുൾബുളും ആയിക്കോട്ടെ അല്ലേ.. പിറ്റേന്ന് അലമേലുവിന്റെ റിക്ഷയിൽ സ്കൂളിലേക്ക് പോകവേ ചിന്തു ബുൾബുളിനോട് ചോദിച്ചു.

"ബുൾബുളിന് റെറ്റിസെന്റാവണോ..?"

ബുൾബുൾ പെട്ടെന്ന് പറഞ്ഞു.

"വേണ്ട. എനിക്ക് ബുൾബുളായാ മതി."

"ബുൾബുളെപ്പഴാ ബുൾബുളാവ്വാ...?"

ബുൾബുൾ സത്യം പറഞ്ഞു.

"അറിയൂല ചിന്തൂ..."

ഒരിക്കൽ മോട്ടി റേഡിയോ കേൾക്കുകയായിരുന്നു. റേഡിയോയുടെ ഉള്ളിൽ വീണ വാദ്യക്കാരൻ ചിട്ടിബാബു മധുരമായി വീണ വായിക്കുന്നു. വീണാ നാദം കേട്ട് മോട്ടിയുടെ വിരലുകൾ താളമടിക്കുന്നതും മിഴികൾ നൃത്തം വെക്കുന്നതും ചിന്തു തിരിച്ചറിഞ്ഞു. അവൻ മോട്ടിയെ കുലുക്കി വിളിച്ചു.

"ചേച്ചി എന്താ കേൾക്കുന്നേ...?"

"ചിട്ടിബാബു വീണ വായിക്കുന്നതാ ചിന്തൂ. നല്ല രസമില്ലേ കേൾക്കാൻ...?"

ചിന്തു ചെവിയോർത്തു. ശരിയാണ്. നല്ല രസമുണ്ട്. നിലത്ത് മുത്തുകൾ വീഴുന്നപോലെ.

"ചേച്ചിക്ക് ഇത് ഇഷ്ടാ...?"

"ഉം..."

"എന്നാ ചേച്ചിക്കും ഇങ്ങനെ ഒച്ചയുണ്ടാക്കിക്കൂടെ...?"

"അതെങ്ങിനെയാ അറിയാണ്ട് ഒച്ചയുണ്ടാക്കുന്നത്. അത് പഠിക്കണ്ടേ...?"

"എന്ത് പഠിക്കണ്ടേ...?!!"

"വീണ വായിക്കാൻ പഠിക്കണം. അതൊരു സംഗീത ഉപകരണമാണ്. ചിന്തൂ, വാ, ചേച്ചി കാണിച്ചു തരാം."

മോട്ടി പുസ്തകം നിവർത്തി.

തുറന്ന പേജിൽ വാലൻ മൂട്ട.

ചിന്തു അതിനെ തട്ടിത്തെറിപ്പിച്ചു.

മോട്ടി അടുത്ത പേജ് നിവർത്തി.

ചിന്തു വീണ്ടും നോക്കി.

ഇനിയും ഉണ്ടോ വാലൻമൂട്ട?

മോട്ടി ഒരു ചിത്രം കാണിച്ചു.

"കണ്ടോ.. ഇതാണ് വീണ."

"എന്നാ നമുക്ക് വായിക്കാൻ പഠിക്കാം. ബുൾബുളിനേം പഠിപ്പിക്കാം."

മോട്ടി ചിരിച്ചു.

"അതിന് ആദ്യം വീണ കിട്ടണം ചിന്തൂ... ചിത്രം നോക്കി പഠിക്കാൻ പറ്റൂല."

അന്ന് രാത്രി ചിന്തു ഉറക്കമൊഴിച്ച് ഡാഡിയും മമ്മിയും വരുന്നതും കാത്ത് ഇരുന്നു. അവർ വന്നതും ചിന്തു പറഞ്ഞു.

"ചേച്ചിക്ക് പഠിക്കാൻ ഒരു വീണ വേണം. ചിത്രം കാണിച്ചുതരാം."

മോട്ടിയുടെ ആവശ്യം ചിന്തു പറഞ്ഞത് അച്ചടക്കലംഘനമായി മമ്മിക്കും ഡാഡിക്കും തോന്നി. അവൾക്കെന്താ പറഞ്ഞാൽ..? വായിൽ നാവില്ലേ...? ആ അച്ചടക്കലംഘനത്തിന്റെ അസ്വാരസ്യം അനുഭവിച്ചു വെങ്കിലും ചിന്തു അത് കൂട്ടാക്കിയില്ല. അവൻ ശഠിച്ചു നിന്നു. വീണ വേണം. മോട്ടിക്കായാലും ബുൾബുളിനായാലും ചിന്തു പറയുന്നു വീണ വേണം.

അടുത്ത ദിവസം കാറിൽ വീണയെത്തി.

ഒപ്പം മമ്മിയും.

മോട്ടിയുടെ മുറിയിൽ ആദ്യം അത് വെച്ചെങ്കിലും പിന്നീട് സ്വീകരണ മുറിയിൽ വരുന്നവർക്കെല്ലാം കാണത്തക്കവിധം മമ്മി വീണയ്ക്ക് സ്ഥാനം കണ്ടു. അടുത്ത ദിവസം തന്നെ ക്ലബ്ബിൽ പറയുകയും ചെയ്തു,

"മോട്ടി വീണ പഠിക്കുന്നുണ്ട്. എക്സലന്റായി വായിക്കും."

പഠിപ്പിക്കാൻ വന്നത് ഒരു ടീച്ചർ.

ടീച്ചറുടെ പേരും വീണ.

മോട്ടി അതല്ല പ്രതീക്ഷിച്ചത്. വീണ പഠിക്കാനെങ്കിലും കോളനിക്കെതിർവശമുള്ള സംഗീത സ്ക്കൂളിൽ പോകാമെന്നായിരുന്നു വിചാരിച്ചത്.

അപ്പോൾ വീണയും പഠിക്കാം. കൂട്ടും കൂടാം. എത്രകാലാ ഒരു സ്നേഹിതയില്ലാതെ കഴിയുക. ആരോടാണ് മനസ്സിലുള്ളതൊക്കെ പറയുക? വന്നത് ഒരു ടീച്ചർ. അതും വീണടീച്ചർ. ടീച്ചർക്ക് ഒരു വിചാരമേയുള്ളൂ. പെട്ടെന്ന് പഠിച്ചോളണം. തെറ്റിയാൽ ടീച്ചർ ഇടയ്ക്കിടെ പിച്ചും. ഇടയ്ക്കിടെ ചെറുതായി അടിക്കും. ചെറിയ ചെറിയ വാക്കുകളിൽ ദേഷ്യപ്പെടും.

ഏഴുദിവസം കഴിഞ്ഞില്ല. മോട്ടി ചിന്തുവിനോട് പറഞ്ഞു.

"ആ ടീച്ചറെ ചേച്ചിക്ക് ഇഷ്ടമല്ല.."

ചിന്തുവിന് അത് മനസ്സിൽ തറച്ചു. അവൻ വഴിയും കണ്ടു. എട്ടാം ദിവസം വീട്ടിൽ വന്ന ടീച്ചറോട് ചിന്തു പതിയെ പറഞ്ഞു.

"ഇനി വീണടീച്ചർ എന്റെ ചേച്ചിയെ പിച്ചിയാൽ, അടിച്ചാൽ, വഴക്കു പറഞ്ഞാൽ ഞാൻ ടീച്ചറെ നായെക്കൊണ്ട് കടിപ്പിക്കും.."

അടുത്ത ദിവസംമുതൽ വീണടീച്ചർ വീടിന്റെ ഏഴയലത്തുവന്നില്ല. മോട്ടിയുടെ വീണ ഷോകെയ്സിലെ ഒരു മൂലയിലേക്ക് താമസം മാറ്റി.

അത് മോട്ടിയുടെ വീണ വായന കഥ.

ഇനി ചിന്തുവിന്റെ പന്തുകളി കഥയോ...?

അത് ഓർക്കുന്നതുപോലും ചിന്തുവിന് രസമാണ്.

മുകളിലും താഴെയും പെൺകുട്ടികളായതിനാൽ ചിന്തുവും ഒരു പെണ്ണാണെന്നാണ് മമ്മിയുടെയും ഡാഡിയുടെയും വിചാരം. ചിന്തുവിനും ഒരേ നിയമങ്ങൾ തന്നെ. ഒരു മാറ്റവുമില്ല. ഒരു ദിവസം ജനലിന്നപ്പുറം മൈതാനത്ത് കുട്ടികൾ കളിക്കുന്നതും നോക്കി നിൽക്കേ ചിന്തുവിനും ഒരു പന്ത് കിട്ടണമെന്നു തോന്നി. പന്ത് കിട്ടിയാൽ അവരുടെ കൂടെ കളിക്കാമായിരുന്നു. നല്ല പന്തുകളിക്കാരനാവാമായിരുന്നു. വേണമെന്നു തോന്നേണ്ട താമസം ചിന്തു ഡാഡിയോട് പറഞ്ഞു.

"എനിക്കൊരു പന്ത് വേണം.."

അടുത്ത ദിവസം ചിന്തുവിന് ഒരു നല്ല മുഴുത്ത പന്ത് കിട്ടി.

ഒപ്പം താക്കീതും.

"ഇവിടുന്നു കളിച്ചോളണം. പുറത്തെവിടെയും പോകരുത്.."

ഒറ്റയ്ക്ക് ഒരു പന്തുമായി ചിന്തു മിഴിച്ചുനിന്നു.

ഒറ്റയ്ക്കെങ്ങനെയാണ് പന്ത് കളിക്കുന്നത്.

ചിന്തു മോട്ടിയെ കൂട്ടിനുവിളിച്ചു.

നാലഞ്ചടി അടിച്ചുനോക്കിയെങ്കിലും മോട്ടിക്ക് അത് ശരിയാവുന്നില്ല. പിന്നെ കൂട്ടിന് ബുൾബുളായി. ഒന്നാമത്തെ അടി ഭംഗിയായി ബുൾബുൾ തട്ടിത്തെറിപ്പിച്ചു.

രണ്ടാമത്തെ അടി അതിലും ഭംഗിയായി അവളുടെ മൂക്കിൽ കൊണ്ടു. അതൊരു മനോഹര കവിതപോലുള്ള കരച്ചിലായി. മോട്ടിക്ക് നല്ലൊരു താരാട്ടു പാടേണ്ടിവന്നു ആ കവിത നിർത്താൻ. പിന്നീട് ചിന്തു കൂട്ടിന് പിടിച്ചത് ഗൂർഖയെയായിരുന്നു. ഗൂർഖയുടെ അടിയിൽ ഒഴിയുന്ന പന്ത് ഓടിച്ചെന്ന് എടുത്തുകൊണ്ടുവരാനേ ചിന്തുവിന് നേരം കിട്ടിയുള്ളൂ. അവ നത് നാലാമത്തെ അടിയോടെ നിർത്തി.

കയ്യിൽ വലിയൊരു പന്ത്. കളിക്കാൻ രണ്ടു കാലുകളും. മുന്നിൽ അടച്ചിട്ട ഗെയ്റ്റ്. പുറത്തെ കുട്ടികളുടെ കൂടെ ചെന്നു കളിക്കരുതെന്ന ഡാഡിയുടെയും മമ്മിയുടെയും ശാസന. ചിന്തു നിന്നു വിയർത്തു. ഈ പന്ത് ഇനി എന്തുചെയ്യും...? വെട്ടിപ്പൊളിച്ചാലോ...? അല്ലെങ്കിൽ ഒറ്റയടിക്ക് മതിലിനപ്പുറത്തേക്ക് തെറിപ്പിച്ചാലോ..? ചിന്തു അത് തന്നെ ചെയ്തു. എല്ലാ ശക്തിയും ആവാഹിച്ച് ഒറ്റ അടി. പന്ത് മതിലിന്നപ്പുറത്തേക്ക് പറന്നു. ചിന്തുവിന് ഒരു ഗോളടിച്ച പ്രതീതി. ചുറ്റും നിന്ന് പലരും കൈമുട്ടിയ പോലെ. ഗോൾ ഗോൾ എന്ന് വിളിച്ചു കൂവിയപോലെ. വായുവിലൂടെ വട്ടം കറങ്ങി സന്തോഷതിമിർപ്പോടെ പന്ത് മതിലിനപ്പുറത്തേക്ക് വീണു മറയുന്നത് ജേതാവിനെപ്പോലെ ചിന്തു നോക്കി നിന്നു. ആ അടി ആരെ ങ്കിലും കണ്ടിരുന്നെങ്കിൽ... പെട്ടെന്നാണ് ചിന്തു വിയർത്തു പോയത്. "അടുത്ത അടി അടിക്കാൻ ഇനി എവിടെ പന്ത്...?! പന്ത് പറന്നു പോയില്ലേ...?!!" വെറുതെ ഓർത്തതും, അദ്ഭുതം. അതാ പോയ പന്ത് അതിലും വേഗതയോടെ വട്ടം കറങ്ങി ചിരിച്ച് രസിച്ച് മതിലിന്നു മുകളി ലൂടെ തിരികെ പറന്നു വന്ന് ചിന്തുവിന്നു മുന്നിൽ തന്നെ വീഴുന്നു..!!

മുന്നിൽ വീണ് നാലുതവണ തട്ടിയുയർന്ന് പതുക്കെ ഉരുണ്ടുരുണ്ട് നിൽക്കുന്ന പന്തിനെ ചിന്തു അതിശയത്തോടെ നോക്കിനിന്നു. അതെ ങ്ങനെയാണ് മതിലിന്നപ്പുറത്തുനിന്നും പന്ത് അകത്തേക്ക് പറന്നു വ ന്നത്..?! ആരാണ് പുറത്ത് നിന്നും പന്തിനെ അകത്തേക്ക് പറത്തിയത്..?!! ചിന്തു സാവകാശം ചെന്ന് പന്തെടുത്തു. ചുറ്റും ഒന്നു സൂക്ഷിച്ചു നോക്കി പന്ത് ഉയർത്തിപ്പിടിച്ച് ഉന്നം വെച്ചു. ഡിം... കൊടുത്തു ഒരടി കൂടി. പന്ത് മതിലിന്നപ്പുറം ഉയർന്നു കറങ്ങി മറഞ്ഞു. മറഞ്ഞു തീർന്നില്ല, അതേ വേഗതയിൽ പന്ത് അകത്തേക്കു തന്നെ വീണ്ടും വന്നു. ഇത്തവണ ചിന്തു ചാടിപ്പിടിച്ചു. തൂക്കിയെടുത്ത് വീണ്ടും അടിച്ചു. അതാ വരുന്നു വീണ്ടും പന്ത്...!!

പന്ത് കയ്യിലെടുത്ത് ചിന്തു ബാൽക്കണിയിലേക്ക് ഓടിച്ചെന്ന് മതിലി ന്നപ്പുറം താഴേക്കുനോക്കി. മതിലിന്നപ്പുറം ഒരു കരുമാടി. ഒരു കറുത്ത ചിന്തു. ചിന്തുവിനോളം ഉയരം. ചിന്തുവിനോളം അഴക്. ചിന്തുവിന്റെ അതേ ചിരി. കുടുക്കു പൊട്ടിയ ട്രൗസർ അഴിഞ്ഞു വീഴാതിരിക്കാൻ ചുരുട്ടി പിടിച്ചുകൊണ്ട് പയ്യൻ ചിന്തുവിനെ നോക്കി ചിരിച്ചു. താഴേക്ക് വാ... എന്ന് ആംഗ്യം കാട്ടി. അവന്റെ ചിരി ചിന്തുവിന്റെ മനസ്സിൽ

ആഹ്ളാദമായി. ചിന്തു താഴേക്കോടിയിറങ്ങി. പിന്നീട് പലതവണ മതിലിന്നപ്പുറം ഇപ്പുറവുമായി പന്ത് പറന്നു നടന്നു. പരസ്പരം കാണാതെ മതിലിന്നപ്പുറം ഇപ്പുറവുമായി പറന്നു നടക്കുന്ന പന്ത് മാത്രം കണ്ടു കൊണ്ട് അവർ രണ്ടുപേരും കളി തുടർന്നു. ഒരു തവണ പന്ത് വന്നു വീണതും മതിലിന്നപ്പുറം പൊത്തിപ്പിടിച്ചു കയറിയ കരുമാടിയെ ചിന്തു കണ്ടു. അവൻ ചിന്തുവിനു ധൈര്യം കൊടുത്തു.

"ഇങ്ങോട്ടുവാ..."

ചിന്തു അടച്ച ഗെയ്റ്റ് ചൂണ്ടി.

"പറ്റൂല.."

പയ്യൻ പറഞ്ഞു.

"ചാടിക്കോ"

ചിന്തു ഗൂർഖയെ ചൂണ്ടി.

"ഗൂർഖ പിടിക്കും."

"എന്നാ അയാള് കാണാതെ മതില് ചാടിക്കോ. ഞാൻ പിടിക്കാം..."

ചിന്തു സംശയിച്ചു നിന്നു. ചാടിയാലെന്താ? കരുമാടിക്ക് പൊത്തിപ്പിടിച്ചു കയറാമെങ്കിൽ ചിന്തുവിന് ചാടാനാണോ വിഷമം? എന്നാലും മതിലിന് നല്ല ഉയരമുണ്ട്. മുകളിൽ തന്റെ മുറിയിൽ കട്ടിലിൽ ചാരി ഇരുന്ന് മോട്ടി വായിക്കുകയായിരുന്നു. ബുൾബുൾ കട്ടിലിന്നു താഴെ ഇരുന്ന് പുസ്തകത്തിൽ നിന്നും ഏതോ ഒരു ചിത്രം വെട്ടിയെടുക്കുന്ന തിരക്കിലും. എങ്ങനെയെല്ലാമോ അത് വെട്ടിയെടുത്തപ്പോൾ ബുൾബുളിന് ആ ചിത്രം മോട്ടിയെ കാണിക്കണമെന്നു തോന്നി. അവൾ അത് മോട്ടിക്കുനേരെ നീട്ടി. മോട്ടി അത് തിരിച്ചും മറിച്ചും നോക്കി. ഒരു പൂമ്പാറ്റയുടെ ചിത്രം. ദൈവമേ... വെട്ടിയെടുത്തത് തന്റെ സയൻസ് പുസ്തകത്തിൽനിന്ന്. മോട്ടി ഭയന്നു. ഇനിയെന്താ ചെയ്യാ? ആരോട് പറഞ്ഞിട്ടാ ഇത് വെട്ടിയതെന്നു ചോദിച്ചാൽ ബുൾബുൾ ഉച്ചത്തിൽ കരയും. അത് അതിലും വലിയ കുഴപ്പമാവും. ചിത്രം വെട്ടിയ സന്തോഷത്തിൽ ബുൾബുൾ ചിരിച്ചു നിന്നു. ചിരിക്കാൻ ശ്രമിച്ചിട്ടും മോട്ടിക്ക് കരച്ചിൽ വന്നു. കയ്യിൽ ചിറകു മുറിഞ്ഞ പൂമ്പാറ്റ. സയൻസ് പുസ്തകത്തിലെ പൂമ്പാറ്റ. അനുനയത്തിൽ കൂടിയാൽ പൂമ്പാറ്റയെ തിരികെ വാങ്ങാം. എങ്ങനെയെങ്കിലും അവിടെത്തന്നെ ഒട്ടിക്കാം. മോട്ടി കണ്ണീരുമറച്ച് ചിരിച്ചു.

"നല്ല ചിത്രം. മോള് ഇത് ചേച്ചിക്ക് തരോ...?"

"ഊ...ഉം ചിന്തൂനേം കാണിക്കണം..."

"എന്നാ ചിന്തൂനെ കാണിച്ചശേഷം ചേച്ചിക്കു തരോ...?"

"ഉം..."

“എന്നാ ഇങ്ങനെ തന്നെ പിടിച്ച് ചിന്തൂനെ കാണിച്ച് വേഗം വാ...”

ബുൾബുൾ ശ്രദ്ധയോടെ പൂമ്പാറ്റയെ പിടിച്ച് പുറത്തേക്കുപോയി. മോട്ടി പുസ്തകം എടുത്തു നോക്കി. പുസ്തകത്തിലെ പേജിൽ പറന്നു പോയ പൂമ്പാറ്റയുടെ ആകൃതിയിൽ ഒരു നല്ല തുള മാത്രം.

ചിന്തുവിനെ തിരഞ്ഞ് ബുൾബുൾ ഓരോ മുറിയിലും കയറിയിറങ്ങി. ഒരിടത്തും ചിന്തുവില്ല.

ചിന്തു എവിടെ...?!!

അവൾ താഴേക്കോടി.

അവിടെ ആയയുണ്ട്. തോട്ടക്കാരനുണ്ട്. ഗൂർഖയുണ്ട്.

എവിടെയും ചിന്തുവില്ല.

ചിന്തു എവിടെ...?!!

ബുൾബുൾ ഓടി മോട്ടിയുടെ അരികിലെത്തി.

“ചിന്തൂനെ കാണാനില്ല...!!”

മോട്ടി ഒന്നു ഞെട്ടി.

ചിന്തു എവിടെ പോയി..?!!

ആ തക്കത്തിൽ ബുൾബുൾ അറിയാതെ അവൾ പൂമ്പാറ്റയെ കൈക്കലാക്കി പുസ്തകത്തിൽ തന്നെ വെച്ച് പുസ്തകം മടക്കി. പിന്നെ ബുൾബുളിനെയും കൂട്ടി ചിന്തുവിനെ തേടി പുറത്തിറങ്ങി. ബുൾബുൾ ചിന്തുവിനെ വിളിച്ചുകൊണ്ടിരുന്നു. വിളി ആയ കേട്ടു. ഗൂർഖ കേട്ടു. തോട്ടക്കാരൻ കേട്ടു. ആകെ ബഹളമായി. ചിന്തു എവിടെ...?!!

മോട്ടി കട്ടിലുകൾക്കിടയിൽ പരതി. അലമാരയ്ക്കു പിറകിൽ നോക്കി. തോട്ടത്തിലെ ചെടികൾ വകഞ്ഞു മാറ്റി അതിൽ ഒളിഞ്ഞിരിക്കുന്നുണ്ടോ എന്നു നോക്കി. നായക്കൂട്ടിൽ നോക്കി. ബുൾബുൾ പോയി ഫ്രിഡ്ജ് വരെ തുറന്നുനോക്കി.

ഒരിടത്തും ചിന്തുവില്ല...!!

മോട്ടിക്കു പേടിയായി.

ചിന്തു എവിടെക്കെങ്കിലും പോയോ...?

മമ്മിയും ഡാഡിയും വന്നാൽ എന്താവും കഥ? നിയമ ലംഘനത്തിന്റെ കനത്ത ശിക്ഷയോർത്തതും അവളുടെ ഉള്ളു പിടഞ്ഞു. പെട്ടന്നാണ് മുകളിലെ മുറിയിൽ നിന്നും ബുൾബുൾ വിളിച്ചു പറഞ്ഞത്.

“അതാ ചിന്തു... അതാ ചിന്തു...”

മോട്ടി ഓടിച്ചെന്നു. ശരിയാണ് ബുൾബുൾ വളരെ കൃത്യമായി ചിന്തുവിനെ തിരിച്ചറിഞ്ഞു.

അതാ ചിന്തു.

മൈതാനത്ത് ചിന്തുവിന്റെയും കുറെ കുട്ടികളുടെയും തകൃതിയായ കളി. ചുറ്റും ഉയരുന്ന പൊടിമണ്ണ്. ബഹളം. കൂക്കുവിളി. അവർക്കിടയിൽ കൂവിക്കൊണ്ട് പറന്നു നടക്കുന്ന ചിന്തുവിന്റെ പന്ത്...!! എത്ര വേഗത്തിലാണ് ചിന്തു ഓടുന്നത്...!! ഒരു പുഴ മുഴുവൻ കോരിയൊഴിച്ചതുപോലെ അവന്റെ ദേഹം നിറയെ വിയർപ്പ്. ഒരു നിമിഷം മോട്ടിക്ക് ചിന്തുവിന്റെ കൂടെ പോയി കളിച്ചാലോ എന്ന് തോന്നി. പെട്ടെന്നാണ് ഡാഡിയേയും മമ്മിയേയും ഓർമ്മ വന്നത്. അവൾ ഒന്നു ഞെട്ടി.

ചിന്തുവിനെ മൈതാനത്ത് കണ്ടതും തലയിൽ കൈവെച്ച് ഗൂർഖ ഓടി. അയാൾ ചിന്തുവിനെ കയ്യോടെ പിടിച്ചു. മറ്റേ കയ്യിൽ പന്തും. ചിന്തുവിന് വിജയഭാവം. പോടാ പുല്ലേ എന്ന മട്ട്. ആദ്യമായി പറത്തി വിട്ട പ്രാവിന്റെ പ്രസരിപ്പ്. ചിന്തുവിന് രണ്ടുവർഷത്തെ വളർച്ച കൂടിയപോലെ ഗൂർഖയ്ക്ക് തോന്നി.

പന്തും ചിന്തുവും പോയതോടെ കുട്ടികളുടെ കളി നിന്നു. അവർ വിഷമത്തോടെ ചിന്തുവിന്റെയും ഗൂർഖയുടെയും പിറകെ തെല്ലിട ദൂരം പരസ്പരം നോക്കി നടന്നു വന്നു.

ചിന്തുവിനു നാളെയും കാണാം എന്ന ഭാവം. ചിന്തുവിനെ മതില് ചാടിച്ച് സന്തോഷിപ്പിച്ച കരുമാടിക്ക് വളരെ ദുഃഖം തോന്നി. ഒരു കല്ലെടുത്ത് ഗൂർഖയുടെ തലയ്ക്ക് ഒരേറ് കൊടുത്താലോ...?

കുട്ടികളുടെ കൂട്ടത്തിൽ നിന്നും തലയ്ക്ക് മുകളിലൂടെ എന്തോ മൂളിപ്പറന്നതും ഗൂർഖയ്ക്ക് കോപം വന്നു. അയാൾ അവർക്കു നേരെ അലറിക്കൊണ്ട് ഓടിയടുത്തു.

കുട്ടികൾ നാലുപാടും ചിതറി.

മോട്ടി എല്ലാം കണ്ടുനിന്നു. അവൾക്ക് അനിയനെപ്പറ്റി മതിപ്പു തോന്നി. എന്നാലും കിട്ടാൻ പോകുന്ന ശിക്ഷയോർത്തപ്പോൾ ശരീരം വിയർത്തു. അവർ ഗെയ്റ്റ് കടന്നതും മമ്മിയും ഡാഡിയും ഷോപ്പിങ്ങിനു പോയ കാർ തിരിച്ചുവന്നതും ഒരുമിച്ച്. ഡാഡിയെ കണ്ടതും ചിന്തു ഒരൗൺസ് മൂത്രമൊഴിച്ചു. ഗൂർഖ എല്ലാം പറഞ്ഞു. തലയ്ക്കു മുകളിൽ കല്ല് പറന്നു വന്നത് എടുത്തു പറഞ്ഞു.

ചിന്തുവിന്റെ അനുസരണക്കേട് മമ്മിക്കും ഡാഡിക്കും സഹിക്കാൻ കഴിഞ്ഞില്ല. മമ്മിക്ക് അതിലേറെ കോപം വന്നത് ചിന്തു വിയർത്തതിലായിരുന്നു. ദേഹം നിറയെ പൊടിമണ്ണും വിയർപ്പും. ഡാഡിക്ക് ദേഷ്യം വന്നത് ചിന്തുവിന്റെ കൂട്ടുകെട്ടിലായിരുന്നു. പന്ത് കളിക്കാൻ അവൻ കണ്ടെത്തിയത് ആ വൃത്തികെട്ട കുട്ടികളെയാണല്ലോ. അതും ആരോടും ചോദിക്കാതെയല്ലേ അവൻ പുറത്തു പോയത്. മമ്മിയും ഡാഡിയും ചിന്തുവിന്റെ മുഖമേ കണ്ടില്ല. ഇടതു കവിളും വലതു കവിളും ഇടതു ചന്തിയും

വലതു ചന്തിയും തിണർക്കുന്നതുവരെ അടിച്ചിട്ടും ചിന്തു കരയുന്നില്ലെന്നതും അവർ കണ്ടില്ല. അവർ അവന്റെ പന്തുവാങ്ങി എടുത്തുവെച്ചു. എന്നിട്ടുപറഞ്ഞു.

"ഇനി നീ പന്ത് കളിക്കണ്ട. മനസ്സിലായോ...?"

മോട്ടിയും ബുൾബുളും ചിന്തുവിനെ ആരും കാണാതെ അണച്ചു പിടിച്ചു. മോട്ടി പിടിച്ചപ്പോൾ മാത്രം ചിന്തു കരഞ്ഞു. ചിന്തു കരയുന്നതു കണ്ടതും ബുൾബുളും കരയാൻ തുടങ്ങി. അവൻ മൈതാനത്ത് ചെന്നു കളിച്ചതിൽ മോട്ടി ഒരു തെറ്റും കണ്ടില്ല. പിന്നെ അവനെന്താ ചെയ്യേണ്ടത്? ഇവിടിരുന്ന് തല കുത്തി മറിയണോ? മനസ്സിലുള്ളത് മമ്മിയോടും ഡാഡിയോടും പറയാമായിരുന്നു. പക്ഷെ തല്ല് ഇങ്ങോട്ടും കിട്ടിയാലോ.

അവൾ ചിന്തുവിന്റെ ദേഹം തടവി. സാരമില്ലെന്നു പറഞ്ഞു. അടിച്ചത് മമ്മിയും ഡാഡിയും അല്ലേ. സ്നേഹമുള്ളത് കൊണ്ടല്ലേ അവർ അടിച്ചത്. വേദനയുണ്ടായിട്ടും മോട്ടി പറയുന്നതു കേട്ടപ്പോൾ ചിന്തു ചിരിച്ചു പോയി. സ്നേഹം വന്നതു കൊണ്ടാണോ മമ്മിയും ഡാഡിയും ഇങ്ങനെ അടിച്ചത്? അപ്പോൾ അവർക്ക് ദേഷ്യം വന്നാലോ...?!! മോട്ടി ചിന്തുവിന്റെ ദേഹം തടവി. നനഞ്ഞ കവിൾ തുടച്ചു. കവിൾ തട്ടി ചിരിപ്പിച്ചു. നെറ്റിയിൽ ഉമ്മവെച്ചു. അവന്റെ കീശയിൽ മോട്ടി എന്തോ തടഞ്ഞു. തടഞ്ഞ സാധനം ചിന്തു തന്നെ പുറത്തെടുത്തു. എണ്ണയിൽ പൊരിച്ച എന്തോ ഒരപ്പം...!!

മോട്ടിക്ക് അദ്ഭുതമായി.

"ഇതെവിടുന്നാ കിട്ടിയത്....!!"

"ഭാസ്കരൻ തന്നതാ."

"ഭാസ്കരനോ...? അതാരാ...?"

"എന്റെ കൂടെ കളിച്ചില്ലേ.. അവനാ..."

അപ്പോഴാണ് മോട്ടിക്ക് പിടികിട്ടിയത്. ഭാസ്കരനാണ് ചിന്തുവിനെ മതില് ചാടിപ്പിച്ച പരാക്രമി. അങ്ങനെ വരട്ടെ. ചിന്തു അപ്പം മോട്ടിക്കു നീട്ടി.

"നല്ല സ്വാദ് ഉണ്ട്. ഞാൻ രണ്ടെണ്ണം തിന്നു...!! ഇത് ചേച്ചിക്ക്..."

മോട്ടി അതിന്റെ അരികു പൊട്ടിച്ചു രുചിച്ചു.

ത്രിമധുരം പോലുണ്ട്.

മമ്മിയുടെ പുഡ്ഡിങ്ങും സൂപ്പും ഈ അപ്പത്തിന്റെ മുന്നിൽ ഒന്നുമല്ല. നിറയെ എള്ളിന്റെ രുചി.

ഒരു കഷ്ണം ബുൾബുളിനും കൊടുക്കാൻ ചിന്തു പറഞ്ഞു. പക്ഷേ മോട്ടിക്ക് പേടി തോന്നി. അപ്പം തിന്ന കാര്യം ബുൾബുൾ മമ്മിയോട്

പറഞ്ഞാലോ? എന്നാൽ പിന്നെ കൂട്ട തല്ലാവും. വേണ്ട കൊടുക്കേണ്ട. അവൾക്ക് അപ്പം തിന്ന ശേഷം ആ ചുണ്ടുകൊണ്ട് ഒരു മുത്തം കൊടുക്കാം. ചിന്തുവും അത് സമ്മതിച്ചു. ബുൾബുളിന് മുത്തം മതി. എണ്ണമയവും ഏലക്കായ മണവുമുള്ള ഒരു മുത്തം. അതാണ് ചിന്തു പന്തു കളിച്ച കഥ. അല്ലെങ്കിൽ ചിന്തു ഗോളടിച്ച കഥ. അതിനു ശേഷം ചിന്തുവിന് പന്ത് കളിയില്ല. മോട്ടിക്ക് വീണ വായനയുമില്ല.

മതിലിനപ്പുറം വന്നു ചിരിച്ചുനിൽക്കുന്ന ഭാസ്കരനും കൂട്ടർക്കും നേരെ ബാൽക്കണിയിൽ നിന്നുകൊണ്ട് ആരും കാണാതെ മോട്ടിയും ചിന്തുവും ബുൾബുളും കൈവീശും. ഭാസ്കരനും കൂട്ടർക്കും ദുഃഖം വരും. ചിന്തുവിന്റെ പന്തായിരുന്നു നല്ല പന്ത്. ചിന്തുവിന്റെ കളിയായിരുന്നു നല്ല കളി. ഇനി പറഞ്ഞിട്ടു കാര്യമില്ലല്ലൊ. ചിന്തുവിന്റെ പന്തുകളിയും മോട്ടി യുടെ വീണവായനയും സ്വീകരണ മുറിയിലെ ചില്ലലമാരയിൽ ഒതുങ്ങി. വല്ലപ്പോഴും കണ്ണാടിക്കു പിറകിലെ പന്തും നോക്കി ചിന്തു നിന്നാൽ മമ്മി പറയും വേണമെങ്കിൽ പന്തെടുത്തു തരാം പക്ഷേ ഇവിടിരുന്നു കളി ക്കണം. ചിന്തു ഒരഭിപ്രായവും പറയില്ല. ഇവിടുന്നു കളിക്കുവാനാണെ ങ്കിൽ അത് കിട്ടുന്നതും കിട്ടാത്തതും ഒരുപോലെ.

അവർക്കൊന്നും ചെയ്യുവാനില്ലാത്തതുപോലെയായി. രാവിലെ സ്കൂൾ. വൈകുന്നേരം മുതൽ നേരം പുലരുന്നതു വരെ വീട്. മോട്ടി രാവിലെ കാറിൽ പോകും. വൈകുന്നേരം കാറിൽ തന്നെ തിരിച്ചു വരും. പക്ഷേ ചിന്തുവിനും ബുൾബുളിനും സൈക്കിൾറിക്ഷയാണ് വാഹനം. ആരും കൂട്ടിനില്ലാത്തപ്പോൾ ചിന്തുവിനും മോട്ടിക്കും ബുൾബുളിനും പിന്നീട് ഒരേ കൂട്ട് റിക്ഷക്കാരൻ മാത്രമായി. റിക്ഷക്കാരൻ അലമേലു. അലമേലു റിക്ഷക്കാരന്റെ ഭാര്യയായിരുന്നു. റിക്ഷക്കാരന്റെ ശരിയായ പേര് പളനിയെന്നായിരുന്നു. പിന്നെ പളനിയെങ്ങിനെയാണ് അലമേലു വായത്...?!! അതാണ് അതിലും രസമുള്ള കഥ. ചിന്തുവിന്റെയും ബുൾബുളിന്റെയും മോട്ടിയുടെയും ചങ്ങാതിയായ റിക്ഷക്കാരൻ അല മേലുവിന്റെ അതിശയകഥ.

നാല്
നമ്മളും ഈശ്വരന്മാരാണ്

പളനിയോട്, പളനിയെങ്ങനെയാണ് അലമേലുവായതെന്നു ചോദിക്കു വാനുള്ള ധൈര്യവും ചിന്തു തന്നെയാണ് കാണിച്ചത്. ചോദിച്ചത് കൊച്ചു കുട്ടിയാണെന്നൊന്നും കാര്യമാക്കാതെ പളനി അതിന്റെ ഉത്തരം പറഞ്ഞു കൊടുത്തു.

പളനിയുടെ പ്രിയപ്പെട്ട ഭാര്യയായിരുന്നു അലമേലു.

സുന്ദരി...

തലയിൽ മുല്ലപ്പൂ..

കാലിൽ പാദസരം..

ദേഹം നിറയെ കാർമേഘം...

എന്നുവെച്ചാൽ തിളങ്ങുന്ന കറുപ്പ്.

പളനിക്കുപോലും അസൂയ തോന്നും വിധം അതിസുന്ദരി.

എന്നിട്ടെന്താ, പതിനൊന്നുകൊല്ലം ഒരുമിച്ചു കഴിഞ്ഞ അലമേലു ഒരുദിവസം പെട്ടെന്ന് പളനിയോട് പിണങ്ങി വീട്ടിൽ പോയി. പിന്നെ തിരിച്ചു വന്നതേയില്ല. പളനി പലതവണ ചെന്നു. കാലു പിടിച്ചു. കരഞ്ഞു പറഞ്ഞു. മരിക്കുമെന്നുവരെ ഭീഷണിപ്പെടുത്തി. പക്ഷേ അലമേലു വന്നില്ല. വന്നില്ലെന്നു മാത്രമല്ല അവൾ വേറെ ആരെയോ കല്യാണവും കഴിച്ചു. കടുത്ത ദുഃഖവുമായി പളനി റിക്ഷ ചവിട്ടി. മനസ്സിൽ ഒരേ ഒരു വിചാരം മാത്രം. അലമേലു. പാടുന്ന പാട്ടും പറയുന്ന വാക്കും എല്ലാം അലമേലു.. അങ്ങനെയിരിക്കെ അലമേലുവിന് ഒരു സ്മാരകം ഉണ്ടാക്കണമെന്ന് പളനിക്കു തോന്നി. പക്ഷേ പളനി നിർദ്ധന നാണ്. മാർബിൾ കൊണ്ട് സ്മാരകം പണിയാൻ പളനിയുടെ കയ്യിൽ പണമില്ലായിരുന്നു. അപ്പോഴാണ് പളനിക്ക് ഒരു ബുദ്ധി തോന്നിയത്.

താൻ പാതി ഭാര്യ പാതി എന്നല്ലേ പ്രമാണം.

പളനി എന്ന തന്റെ പേര് അലമേലു എന്നാക്കിയാൽ പോരേ...?

ഒരു ഭർത്താവിന് തന്റെ ഭാര്യയ്ക്ക് ഇതിലും നല്ലൊരു സ്മാരകം നൽകാൻ കഴിയോ? അധികം നാൾ പളനി ആലോചിച്ചു സമയം

കളഞ്ഞില്ല. ഒരു സുപ്രഭാതത്തിൽ റിക്ഷക്കാരൻ പളനി റിക്ഷക്കാരൻ അലമേലുവായി. ഭംഗിയുള്ള രൂപാന്തരം. പളനിയെ അലമേലുവെന്ന് ആരെങ്കിലും വിളിക്കുമ്പോൾ പളനിയുടെ ഹൃദയം തളിർക്കും. കണ്ണുകൾ വികസിക്കും. ആദ്യമെല്ലാം വിളിക്കുന്നവർക്ക് ഒരു രസമായിരുന്നു. പിന്നെ അതും ഒരു പാടിത്തെളിഞ്ഞ പാട്ടായി. പളനി എന്ന വാക്ക് പളനിക്കുള്ളിൽതന്നെ മറഞ്ഞു. അലമേലു മാത്രം ബാക്കിയായി. അതാണ് പളനി അലമേലുവായ കഥ. പളനി പണിത സ്മാരകത്തിന്റെ കഥ. കഥ കേട്ടുകഴിഞ്ഞപ്പോൾ ചിന്തുവിന് ഒരു സംശയം.

"അലമേലുവിന് മൂക്കുത്തി ഉണ്ടായിരുന്നില്ലേ...?"

"ഉണ്ടായിരുന്നു...!!"

"എന്നിട്ടെന്താ നിങ്ങള് മൂക്കുത്തി കുത്താത്തെ..?"

അടുത്ത ദിവസം പളനി വന്നത് ഒരു മൂക്കുത്തിയും കുത്തിക്കൊണ്ടാണ്. ചിന്തുവിന്റെ മമ്മിക്ക് ചിരി പൊട്ടി. കുറച്ചുനേരം ചിരിച്ച ശേഷം അവർ പറഞ്ഞു.

"ഈ മൂക്കുത്തി പളനിക്ക്, അല്ല അലമേലുവിന്, നന്നായി ചേരുന്നുണ്ട്."

മമ്മി പറഞ്ഞത് ശരിയാണോ എന്നു നോക്കാനായി ചിന്തുതന്നെ അലമേലുവിന് കണ്ണാടി കാണിച്ചു. ചിന്തു ആ മൂക്കുത്തി തൊട്ടു നോക്കി. വലിയൊരു മൂക്ക്. അതിൻമേൽ നക്ഷത്രമായി ഒരു മൂക്കുത്തി. ചിന്തു തൊട്ടപ്പോൾ മോട്ടിയും അത് തൊട്ടു നോക്കി. പിന്നെ ബുൾബുളും.

രാവിലെ ഒമ്പതുമണിയോടെ അലമേലുവിന്റെ റിക്ഷ വീട്ടുവാതിൽക്കൽ വരും. അപ്പോഴേക്കും ചിന്തുവും ബുൾബുളും ഒരുങ്ങി നിൽക്കുന്നുണ്ടാവും. ബുൾബുളിന്റെ പെട്ടിയും വാട്ടർ ബോട്ടിലും ഉച്ചയ്ക്കുള്ള ഭക്ഷണപ്പൊതിയും എല്ലാം ചിന്തുവാണ് പിടിക്കുക. അതവന്റെ ജന്മാവകാശമാണ്. റിക്ഷയിൽ അഭിമുഖമായിരുന്ന് ചിന്തുവും ബുൾബുളും സ്കൂളിലേക്ക് പോകും. ഇരുവശവുമുള്ള കാഴ്ചകൾ അവർ വിടർന്ന കണ്ണുകളുമായി കാണും. കുറെക്കൂടി വലിയ കണ്ണുണ്ടായിരുന്നെങ്കിൽ കുറെ അധികം പുറംലോകം കാണാമായിരുന്നെന്ന് ചിന്തുവിന് അപ്പോഴൊക്കെ തോന്നിയിട്ടുണ്ട്. സ്കൂളിലേക്കുള്ള വഴിയിൽ ചിലപ്പോൾ റിക്ഷയ്ക്കു പുറകെ ഭാസ്കരൻ ഓടിവരും. പഴയ പന്തുകളിക്കാർ ഓടിവരും.

അലമേലു വഴിയിലൊന്നും റിക്ഷ നിർത്തില്ല. എന്തെങ്കിലും വാങ്ങിത്തരാൻ അവർ പറഞ്ഞാൽ അലമേലു കേട്ടഭാവം നടിക്കില്ല. അതെല്ലാം ചിന്തുവിന്റെ ഡാഡിയുടെയും മമ്മിയുടെയും കണ്ണിൽ നിയമലംഘനമാണ്. അതയാൾക്കറിയാം. വല്ല തെറ്റും സംഭവിച്ചുപോയാൽ അതുവരെയുള്ള പണം എണ്ണി തന്നിട്ട് ഇനി റിക്ഷയുംകൊണ്ട് അലമേലു വരേണ്ടാ എന്നവർ ഒരുമിച്ചു പറഞ്ഞാലോ?

ആ ഒറ്റ കാരണംകൊണ്ട് അലമേലു കാതടയ്ക്കും. കണ്ണടയ്ക്കും.

കുട്ടികളോടുള്ള സ്നേഹം മനസ്സിൽമാത്രം ഒളിച്ചു വെക്കും.

സ്കൂളിലെ സത്യവതിടീച്ചർ ചിന്തുവിനോട് എന്നും ചോദ്യം ചോദിക്കും. എന്നും കേട്ടെഴുത്ത് കൊടുക്കും. എന്നും മനഃപാഠം ചൊല്ലിക്കും. സത്യവതിടീച്ചറുടെ ഭാവം കണ്ടാൽ തോന്നും ടീച്ചറുടെ ക്ളാസ്സിൽ ചിന്തു മാത്രമേ ഉള്ളൂ വെന്ന്. വാസ്തവത്തിൽ അത് ചിന്തുവിന്റെ മമ്മിയുടെ വേലയാണ്. ചിന്തുവിന്റെ മമ്മി അവന്റെ ഭാവിയോർത്ത് സത്യവതി ടീച്ചറെ നന്നായി കഴുത്തറ്റം ഒന്നു കുപ്പിയിലിറക്കി. സത്യവതിടീച്ചറുടെ പിറന്നാളിന് ചിന്തുവിന്റെ മമ്മി വാങ്ങിക്കൊടുത്തത് ഒരു നല്ല സാരിയാണ്. ആ സാരിയുടുത്ത ശേഷമാണ് സത്യവതിടീച്ചറോട് വേണുഗോപാലൻ മാസ്റ്റർക്ക് ഇഷ്ടം തോന്നിയതും ഇഷ്ടം സ്ക്കൂൾകുട്ടികളും നാട്ടുകാരും അറിഞ്ഞതും അവർ വിവാഹം കഴിച്ചതും. അങ്ങനെ നോക്കുമ്പോൾ സത്യവതിടീച്ചറുടെ ഭാവി കൊണ്ടുവന്നത് ആ സാരിയല്ലേ. ആ സാരി കൊടുത്തത് ചിന്തുവിന്റെ മമ്മിയല്ലേ. ആ മമ്മിയുടെ മകൻ ചിന്തുവല്ലേ തന്റടുത്ത് വിദ്യ അഭ്യസിക്കാൻ വരുന്നത്. അവന് വിദ്യ കൊടുക്കേണ്ടത് തന്റെ കടമയല്ലേ. സത്യവതിടീച്ചർ അങ്ങനെ ധരിച്ചതിൽ തെറ്റില്ല. പക്ഷേ ചിന്തു അതിൽ സത്യമായും തെറ്റു കാണുന്നു.

സത്യവതിടീച്ചറുടെ ക്ളാസിൽ ഇരിക്കുക എന്നുവെച്ചാൽ ചിന്തുവിന് ഒരു ആറ്റംബോംബ് തലയിൽ വെക്കുക എന്നതിനു തുല്യമാണ്.

ചിന്തു ഒരുദിവസം മോട്ടിയോട് പറഞ്ഞു.

"എനിക്ക് സത്യവതിടീച്ചറെ വേണ്ട..."

"അതെന്താ...?"

"ആ ടീച്ചർക്ക് വലിയ സത്യമൊന്നുമില്ല."

"അതെങ്ങിനെ ചിന്തു അറിഞ്ഞത്...?"

"ആ ടീച്ചർക്ക് എന്നോടെ ചോദ്യം ചോദിക്കാനുള്ളൂ...?"

മോട്ടിക്ക് വാസ്തവത്തിൽ ആ ടീച്ചർക്ക് ഒരു കിഴുക്ക് കൊടുക്കാൻ തോന്നി.

ചിന്തു പറഞ്ഞതിലും ന്യായമുണ്ട്.

"ഇപ്പോഴെന്താ ചെയ്യാ..?"

"മമ്മി പറഞ്ഞാൽ ഹെഡ്മാസ്റ്റർ എന്നെ ഫിലിപ്പ്മാസ്റ്ററുടെ ക്ളാസ്സിൽ ഇരുത്തും."

"ആ മാഷ് അടിക്കൂലെ...?"

ചിന്തു ഓർത്തുനോക്കി.

ഫിലിപ്പ്മാഷ് അടിക്കുമോ..?

അടിക്കും.

“അടിക്കുംന്നാണ് തോന്നുന്നത്.”

ഫിലിപ്പ്മാസ്റ്ററുടെ കയ്യിൽ നല്ല ചൂരൽ കണ്ടിട്ടുണ്ട്.

“ഇനി ഫിലിപ്പ്മാസ്റ്ററുടെ ക്ളാസിൽ ചിന്തു ഇരുന്നതോണ്ടെന്താ. ആ മാസ്റ്ററേം മമ്മി കുപ്പിയിലടക്കും.”

“എങ്ങനെ..?!”

“ആ മാസ്റ്റർക്ക് മമ്മി പാന്റ് വാങ്ങിക്കൊടുക്കും.”

ചിന്തു കണ്ണുപൊത്തി.

“വേണ്ട വേണ്ട. എനിക്ക് സത്യവതിടീച്ചറുടെ ഉള്ള സത്യം മാത്രം മതി.”

അതാണ് ചിന്തുവിന്റെ പഠനത്തിന്റെ സ്ഥിതി.

ബുൾബുളിന്റെ സ്ഥിതിയോ? അവളുടെ ടീച്ചർ സിസ്റ്ററാണ്. മേരി സിസ്റ്റർ. തൂവെള്ള വേഷം. തൂവെള്ള പുഞ്ചിരി. ബുൾബുൾ ഏതുനേരവും മേരിസിസ്റ്ററിന്റെ തോളിലാണ്. അല്ലാത്തപ്പോൾ മുറ്റത്തെ കളിസ്ഥലത്തും. ഒന്നുകിൽ ഊഞ്ഞാലാടൽ. അല്ലെങ്കിൽ താഴ്ന്നും പൊന്തിയും കളിക്കൽ. ഏതുനേരവും കളി. അല്ലാത്തപ്പോൾ പാട്ടും. മേരിസിസ്റ്റർ ധാരാളം പാട്ട് പഠിപ്പിച്ചിട്ടുണ്ട്. ബുൾബുളും അവ പാടും. ആദ്യം പാടുന്ന രണ്ടുവരിയുടെ ശേഷം പാടുന്ന വരികൾ മറ്റേതെങ്കിലും പാട്ടിന്റേതാവും. കഥയുടെയും സ്ഥിതി അതു തന്നെ. കാക്കയുടെ കഥ പറഞ്ഞു വന്നു വന്ന് അവസാനം അത് കുറുക്കന്റെ കഥയാവും. കുറുക്കന്റെ കഥയല്ലേ നീ ഇത്രനേരവും പറഞ്ഞതെന്ന് ചിന്തുവോ മറ്റോ ചോദിച്ചാൽ ബുൾബുൾ കരയും.

കളി, പാട്ട്, കഥ പറച്ചിൽ, കരച്ചിൽ, ബുൾബുളിന്റെ ജീവിതം കുശാൽ. ഒരിക്കലും വളരാതെ, ബുൾബുൾ നഴ്സറിക്ളാസിന്റെ പ്രായത്തിൽ തന്നെ ഇരുന്നാൽ മതിയെന്ന് ചിന്തു പലതവണ ആത്മാർത്ഥമായി ആഗ്രഹിച്ചിട്ടുണ്ട്. വളരുമ്പോഴാണ് കഷ്ടപ്പാടുകൾ കൂടുന്നത്. ഈ സ്വകാര്യദുഃഖങ്ങളെല്ലാം ചിന്തു മനസ്സിൽതന്നെ സൂക്ഷിച്ചു. പറഞ്ഞു മനസ്സിലാക്കാൻ ഒരു കൂട്ടു കിട്ടിയില്ല. ചിലതെല്ലാം മോട്ടി പെറുക്കിയെടുത്തു. ചിലതെല്ലാം അലമേലു പെറുക്കിയെടുത്തു. എന്നിട്ടെന്താ, പിന്നെയും ഒരായിരം ദുഖഃങ്ങൾ അവശേഷിച്ചു. അതെല്ലാം മനസ്സിൽ തന്നെ കിടന്നങ്ങനെ വളർന്നു.

ബെല്ലടിച്ചതും ചിന്തു ബുൾബുളിനരികിലേക്ക് ഓടി.

ബുൾബുൾ അവിടെ തന്നെയുണ്ട്.

അവൾ ഓടിവന്ന് ചിന്തുവിന്റെ കൈപിടിച്ചു. അവളുടെ പുസ്തകങ്ങളും മറ്റും എടുത്ത്, കൈ പിടിച്ച് ചിന്തു അലമേലുവിന്റെ റിക്ഷയ്ക്ക് നേരെ നടന്നു.

അലമേലുവിന്ന് അവർ ദൂരെ നിന്നും ഗെയ്റ്റിനു നേരെ നടന്നുവരുന്നത് കാണാം. അലമേലു സീറ്റിലെ പൊടി തുടച്ചു. മരത്തണലിൽ മേരി

സിസ്റ്റർ കുറെ കുട്ടികളുടെ നടുവിൽ നിൽക്കുന്നു. കുട്ടികളെല്ലാവരും സിസ്റ്ററോട് ടാറ്റാ പറയുകയാണ്. ചിലർ കൈവീശുന്നു. ചിലർ വിളിച്ചു പറയുന്നു. എല്ലാവർക്കും നേരെ മുഖം തിരിച്ചുകൊണ്ട് ഒരേ സമയം അനേകം കൈകൾ വീശുന്നതുപോലെ സിസ്റ്ററും ടാറ്റാ പറയുന്നു.

നടക്കുന്നതിനിടയിൽ ബുൾബുളും സിസ്റ്റർക്ക് നേരെ കൈവീശി. പക്ഷേ റിക്ഷയിൽ കയറാൻ നേരത്താണ് ബുൾബുളിന് താൻ ടാറ്റാ പറഞ്ഞത് സിസ്റ്റർ കണ്ടിട്ടില്ലെന്നു മനസ്സിലായത്. അപ്പഴേക്കും സിസ്റ്റർ അവിടെനിന്നും നടന്നുമാറിയിരുന്നു. ബുൾബുൾ ദുഃഖിച്ചു നിന്നു. ചിന്തു അത് കണ്ടു.

"എന്താ ബുൾബുൾ...?"

"ഞാൻ ടാറ്റാ പറഞ്ഞത് സിസ്റ്ററ് കണ്ടില്ല..."

"എന്നാ ഒന്നുകൂടി പറഞ്ഞ് വാ.."

ബുൾബുൾ ഒറ്റ ഓട്ടം. അവൾ അത്രവേഗം ഓടുമെന്ന് ചിന്തുവോ അലമേലുവോ കരുതിയിരുന്നില്ല. അകലെ നടന്നു നീങ്ങുന്ന സിസ്റ്റർക്കു നേരെ ബുൾബുൾ ഉരുണ്ടുരുണ്ടു ഓടുന്നതുംനോക്കി ചിന്തുവും അലമേലുവും ആശ്ചര്യപ്പെട്ടു നിന്നു. ബുൾബുൾ ഓടിച്ചെന്ന് നടന്നകലുന്ന സിസ്റ്ററുടെ ഉടുപ്പിന്റെ പിറകെ പറക്കുന്ന വെളുത്ത നാട പിടിച്ചു വലിച്ചു. സിസ്റ്റർ അദ്ഭുതത്തോടെ തിരിഞ്ഞു നിന്നു. ബുൾബുളിന് ഒരു അദ്ഭുതവുമില്ല. അവൾ കിതച്ചുകൊണ്ട് കൈവീശി.

"ടാറ്റാ..."

മേരിസിസ്റ്റർ അവളെ വാരിയെടുത്ത് സ്വന്തം കണ്ണുനിറയുന്നതുവരെ ഉമ്മ വെച്ചു. അതു കണ്ടു നിൽക്കെ ഓടിച്ചെന്നാലെന്തെന്നു ചിന്തുവിനും തോന്നി. കിട്ടിയാൽ ഒരുമ്മ. അത് വെറുതെ കളയണോ? പെട്ടിയും മറ്റും റിക്ഷയിലിട്ട് അലമേലു പിടിക്കുന്നതിനുമുമ്പെ ചിന്തുവും സിസ്റ്റർക്ക് പിന്നാലെ ഓടി.

നൂറ്റി എഴുപതു ഉമ്മവെച്ചു എന്നാണ് ബുൾബുൾ മോട്ടിയോട് പറഞ്ഞത്.

അത്രയധികം ഉമ്മ മമ്മിപോലും തന്നിട്ടില്ല. ബുൾബുൾ നൂറ്റിഎഴുപത് വരെ എണ്ണിയിട്ടുണ്ടെങ്കിൽ അതിലും കൂടുതൽ ഉമ്മ കിട്ടിയിട്ടുണ്ടാവുമെന്ന് ചിന്തുവിനും മോട്ടിക്കും തോന്നി. കാരണം ബുൾബുളിന്റെ എണ്ണം അങ്ങനെയാണ്. ഫോർട്ടി, ഫിഫ്റ്റി, സിക്സ്റ്റി സെവന്റി കഴിഞ്ഞാൽ നാവു കുഴഞ്ഞു മറിഞ്ഞ് വീണ്ടും റ്റെന്റി... തേർട്ടി എന്നായി മാറും. അപ്പോൾ നൂറ്റി എഴുപതുവരെ എണ്ണുന്നതിനിടെ ബുൾബുൾ ഒരഞ്ചു പ്രാവശ്യമെങ്കിലും വഴുതി വീണു കാണും.

ചിന്തു മോട്ടിക്കു നേരെ കണ്ണു മിഴിച്ചു.

"അപ്പോൾ അവൾക്കെത്ര ഉമ്മയാണ് ഈശ്വരാ കിട്ടിയത്...!!"

ബുൾബുൾ തറപ്പിച്ചു പറഞ്ഞു.

"ഞാൻ എണ്ണിയത് ശരിയാ. നൂറ്റി എഴുപത്.."

മോട്ടിയുടെ പരീക്ഷ അടുത്തു. പരീക്ഷ വരാറായതും മോട്ടിയുടെ മുറിയിൽനിന്നും നേരം പുലരുന്നതുവരെ ചെണ്ട കൊട്ടു കേൾക്കുവാനും തുടങ്ങി. മോട്ടിക്ക് റാങ്ക് കിട്ടുമെന്നാണ് മമ്മി ക്ലബ്ബിൽ പറഞ്ഞത്. മോട്ടിക്ക് റാങ്ക് കിട്ടിക്കഴിഞ്ഞാൽ വീട്ടിൽ വെച്ചു നടത്തേണ്ട പാർട്ടിക്ക് ആരെയെല്ലാം വിളിക്കണമെന്നും എന്തെല്ലാം വിഭവങ്ങൾ ഒരുക്കണമെന്നും രാവിലെ ഒരു മണിക്കൂർ നേരം മുഖാമുഖം ഇരുന്ന് മമ്മിയും ഡാഡിയും ചർച്ച ചെയ്ത് തീർച്ചയാക്കിയിരുന്നു.

ചിന്തുവിന് എന്നിട്ടും സംശയം ബാക്കി നിന്നു.

"ചേച്ചിക്ക് റാങ്ക് കിട്ട്വോ..?!"

റാങ്ക് എന്ന് കേൾക്കുമ്പോൾ മോട്ടിക്ക് ഹൃദയസ്തംഭനം വരും.

കഷ്ടപ്പെട്ട് പഠിക്കുന്നുണ്ട്. പക്ഷേ റാങ്ക് കിട്ടണമെന്ന് മമ്മിയും ഡാഡിയും വിധിച്ചുകഴിഞ്ഞു. കഷ്ടകാലത്തിന് അത് കിട്ടിയില്ലെങ്കിൽ പിന്നെ എന്താവും സ്ഥിതി? മമ്മിയും ഡാഡിയും തുറക്കാവുന്നത്ര വലുപ്പത്തിൽ വായ തുറന്ന് തന്നെ നോക്കി അലറും. അത്രതന്നെ.

നല്ല മാർക്ക് കിട്ടുമെന്ന് മോട്ടിക്ക് വിശ്വാസമുണ്ട്. പക്ഷേ മമ്മിക്കും ഡാഡിക്കും റാങ്ക് മതി. നല്ല ഒരു റാങ്ക്. ചിന്തുവിന്റെ ചോദ്യം കേട്ടതും മോട്ടി വായിച്ചതെന്താണെന്ന് മറന്നു. ചിന്തു ചോദ്യം ആവർത്തിച്ചു.

"ചേച്ചിക്ക് റാങ്ക് കിട്ട്വോ...?!"

"എനിക്കറിയില്ല ചിന്തൂ."

"പിന്നെ കിട്ടുംന്ന് മമ്മി പറഞ്ഞതോ..?!"

"കിട്ടുംന്നല്ല. റാങ്ക് വാങ്ങണംന്നാ പറഞ്ഞത്."

"അതെങ്ങനാ വാങ്ങ്വാ...?"

"നല്ലവണ്ണം പഠിച്ച് നല്ലവണ്ണം പരീക്ഷ എഴുതി വാങ്ങണം."

"എഴുതീട്ട് വാങ്ങാൻ കിട്ടിയില്ലെങ്കിലോ..."

മോട്ടിക്ക് വീണ്ടും ഹൃദയം സ്തംഭിച്ചു. അവൾ ചിന്തുവിനോട് പറഞ്ഞു.

"അങ്ങനെ മാത്രം ചോദിക്കരുത്. എഴുതിയിട്ട് കിട്ടിയില്ലെങ്കിൽ കിട്ടുന്നിടത്ത് വെച്ച് കാണാം. അത്രതന്നെ."

ചിന്തു മനസ്സിലോർത്തത് അതല്ല. ഇനി കുറെ കഴിഞ്ഞാൽ എന്നോടും മമ്മിയും ഡാഡിയും ഇങ്ങനെതന്നെ പറയില്ലേ? റാങ്ക് വാങ്ങണം എന്നുപറഞ്ഞാൽ. റാങ്ക് വാങ്ങണം. അതാണ് നിയമം. മോട്ടിയെയും ബുൾബുളിനെയും കൂട്ടി ആരും അറിയാതെ മതിലുചാടി എങ്ങോട്ടെങ്കിലും പോയാലോ...? ഭാസ്കരന്റെ വീട്ടിൽ പോയാലോ...? മോട്ടി പുസ്തകം മുന്നിൽവെച്ച് ചെണ്ട കൊട്ടുന്നത് അവിടെ തന്നെനിന്ന് കുറച്ചു നേരം നോക്കിനിന്നതും ചിന്തു ഓർത്തതെല്ലാം മനസ്സിൽതന്നെ അലിഞ്ഞു.

ബുൾബുൾ താഴത്തെ മുറിയിലായിരുന്നു. കൈയിൽ സ്കൂളിൽ നിന്നും പുതുതായികിട്ടിയ ഒരു ചിത്രപുസ്തകം. ഒന്നാം പേജിൽ ചായം പൂശിയ ഒരു ചിത്രം. രണ്ടാംപേജിൽ ബുൾബുൾ ചായം പൂശേണ്ട അതേപോലെ യുള്ള മറ്റൊരു ചിത്രം. ഏത് ചായം വേണമെങ്കിലും പൂശാം. എല്ലാം ബുൾബുളിന്റെ ഇഷ്ടം. കുറെ ചായം പുസ്തകത്തിലും കുറെ സ്വന്തം ദേഹത്തും പൂശി ബുൾബുൾ രസത്തിൽ അങ്ങനെ ഇരിക്കുകയാണ്. ചിന്തു കുറച്ചു സമയം നോക്കി നിന്നു. ചിത്രങ്ങളെല്ലാം ഈശ്വരൻമാരു ടേതാണ്. അലമേലു ആ ഈശ്വരന്മാരെയൊക്കെ മുൻപ് പറഞ്ഞു തന്നി ട്ടുണ്ട്. ഇത് ശിവൻ. ഇത് ഗുരുവായൂരപ്പൻ. ഇത് മുരുകൻ. പിന്നെ ഇതാ രാണ് പുതിയൊരു ദൈവം...?!! ഇതുവരെ കാണാത്ത ഒരീശ്വരൻ...?!!

ബുൾബുളിനോട് ചോദിച്ചു നോക്കി. അവൾക്കും വലിയ പിടിയില്ല. ചിന്തു പുസ്തകവും എടുത്ത് ബുൾബുളിനെയും കൂട്ടി മോട്ടിയുടെ അടുത്ത് ചെന്നു.

മോട്ടി ഇപ്പോൾ വായിക്കുന്നത് മറ്റൊരു പുസ്തകമാണ്. ഇതുവരെ ഇരുന്നിട്ടാണ് വായിച്ചതെങ്കിൽ ഇപ്പോൾ തെക്കും വടക്കും നടന്നിട്ടാണ് വായന. ചിന്തുവും ബുൾബുളും മുറിയിൽ വന്നതും അവൾ വായന നിർത്തി. ചിന്തു പുസ്തകം മോട്ടിക്ക് നേരെ നിവർത്തി കാണിച്ചു.

"ഇതേത് ഈശ്വരനാണ്...?"

മോട്ടി ചിത്രം നോക്കി.

അയ്യപ്പനാണ്.

അതും ഒരു സുന്ദരൻ അയ്യപ്പൻ.

ബുൾബുൾ ചായം പൂശിയ അയ്യപ്പനെ കണ്ടാൽ അയ്യപ്പനുതന്നെ മനസ്സിലാവില്ല.

"ഇതയ്യപ്പനാണ് ചിന്തൂ..."

"ഈ അയ്യപ്പന്റെ അടുത്തെന്തിനാ പുലി...?"

"അതോ..? അയ്യപ്പന്റെ വാഹനമാണ് പുലി."

"വാഹനോ..?!! അതെന്താ വാഹനംന്ന് പറഞ്ഞാൽ.?!!"

ബുൾബുളിനും അത് പിടികിട്ടിയില്ല.

മോട്ടി റാങ്കിന്റെ കാര്യം മറന്നു. ചിന്തു ചോദിക്കുന്ന മാതിരി ഒരു പത്തു ചോദ്യം കിട്ടിയാൽ റാങ്ക് കിട്ടുന്നത് പോയിട്ട് ജയിക്കാൻ തന്നെ കഷ്ടമാവും. എങ്ങനെയാണ് ഈശ്വരാ ഇവന്റെ സംശയങ്ങൾ തീർക്കുക. മോട്ടി വളരെ ആലോചിച്ചശേഷം പറഞ്ഞു.

"പുലിയാണ് അയ്യപ്പന്റെ വാഹനം. ഇതാ ഈ ഗണപതിയെ കണ്ടില്ലേ. ഗണപതിയുടെ അടുത്തു തന്നെ എലിയെ കണ്ടില്ലേ. എലിയാണ് ഗണ പതിയുടെ വാഹനം. അങ്ങനെ ഓരോ ഈശ്വരന്മാർക്കും ഓരോ വാഹനംണ്ട്. ആ വാഹനത്തിന്റെ പുറത്ത് കയറിയാണ് അവർ ഓരോ

സ്ഥലത്തേക്കും പോവ്വ. നമ്മളൊക്കെ കാറിലും മറ്റും പോവാറില്ലേ. അതു പോലെ..."

ചിന്തുവിന് ആശ്ചര്യം തോന്നി. ഇത്രയും വലിയ ഈശ്വരന്മാരായിട്ട് ഇവർക്ക് കയറിപ്പോവാൻ ഈ പാവം മൃഗങ്ങളയാ കിട്ടിയത്. ഇവർക്കൊക്കെ നല്ല കാറ് വാങ്ങിക്കൂടെ?

പക്ഷേ അവൻ ചോദിച്ചത് മറ്റൊന്നാണ്.

"ഈ തടിയൻ ഗണപതി എങ്ങനെയാ ഈ പാവം എലിയുടെ പുറത്ത് കയറുന്നത്. പാവം അരഞ്ഞു പോവൂലേ...?"

"ഏയ് ഗണപതി കയറുമ്പോൾ എലി വലുതാവും. മലപോലെ..."

ആ ഉത്തരം ചിന്തുവിനെ വീണ്ടും ചിന്തിപ്പിച്ചുവെന്നു മോട്ടിക്ക് തോന്നി. മലപോലെ എലി വലുതാവുമെന്നു പറഞ്ഞാൽ ചിന്തു ഉടനെ ചോദിച്ചേക്കും, പിന്നെ ഗണപതി എങ്ങിനെയാ എലിയുടെ പുറത്ത് കയറുകയെന്ന്. പറഞ്ഞുകഴിഞ്ഞതും മോട്ടി ഉത്തരം ഒന്നുകൂടി മയപ്പെടുത്തി.

"എലി മലപോലെ വലുതാവും എന്നുവെച്ചാൽ വലുതായി വലുതായി ഗണപതിക്ക് കയറിപ്പോവാൻ മാത്രം വലുതാവും."

ചിന്തു പെട്ടന്ന് ചിരിച്ചു.

എന്തിനാണ് ചിരിച്ചതെന്ന് മോട്ടിക്ക് പിടികിട്ടിയില്ല. വിവരം അറിഞ്ഞിട്ട് ചിരിക്കാം എന്ന ഭാവത്തിൽ ബുൾബുൾ രണ്ടുപേരെയും നോക്കി നിന്നു.

മോട്ടി ചിന്തുവിന്റെ ചുമലിൽ തൊട്ടു.

"ചിന്തു എന്തിനാ ചിരിച്ചത്...?"

ചിന്തു ചിരിച്ച കാര്യം പറഞ്ഞു.

"ഇപ്പം മോട്ടിക്ക് മനസ്സിലായോ...?"

"എന്ത്...?!"

"ഇവര് മാത്രമല്ല നമ്മളും ഇവരെപ്പോലെതന്നെ ഈശ്വരന്മാരാ. ഇത് നോക്ക്. അയ്യപ്പന്റെ വാഹനം പുലി. ഗണപതിയുടെ വാഹനം എലി. അപ്പോൾ ചേച്ചിയുടെ വാഹനം എന്താ? കാറ്. ചിന്തുവിന്റെ വാഹനം സൈക്കിൾ റിക്ഷ. ബുൾബുളിന്റെ വാഹനവും സൈക്കിൾറിക്ഷ..."

മോട്ടിക്ക് ചിരിപൊട്ടി. ബുൾബുളിന് ഒന്നും മനസ്സിലായില്ല. എന്നിട്ടും ചിന്തു ചിരിച്ചുകൊണ്ടേയിരുന്നു. പറഞ്ഞുകൊണ്ടേയിരിന്നു. നമ്മളും ഈശ്വരന്മാരാണ്.

നമ്മളും ഈശ്വരന്മാരാണ്.

അഞ്ച്
കാക്കാലൻ

നേരംപുലർന്നതും ഞായറാഴ്ചയായി.
ഞായറാഴ്ചയാണ് സുവർണ്ണദിനം.
അന്ന് അവധിയാണ്.
ചിന്തുവിന് ആറ്റംബോംബ് തലയിൽ നിന്നിറക്കി വെക്കാം. സത്യവതി ടീച്ചർക്ക് ചോദ്യം ചോദിക്കാനും മനഃക്കണക്ക് എഴുതിക്കുവാനും അന്ന് ചിന്തുവിനെ കിട്ടില്ലല്ലോ.
മോട്ടി പരീക്ഷ കഴിഞ്ഞ ക്ഷീണത്തിലായിരുന്നു. ഇത്തവണ റാങ്ക് കിട്ടില്ലെന്നവൾ ചിന്തുവിനോട് പറഞ്ഞു. അല്ലെങ്കിലും റാങ്ക് എന്നൊരു ബോംബ് ഇപ്പോഴില്ല. അത് നിർത്തിയിട്ട് കാലം കുറെയായി, ഇപ്പോൾ എയും എ പ്ലസ്സും ബി മൈനസ്സും എല്ലാമാണ്. അപ്പോഴും കുട്ടികൾക്ക് രക്ഷയില്ല. ഏതാണോ വലുത് അത് കിട്ടണം. ഒന്നിനു മാത്രം കിട്ടിയാൽ പോരാ. എല്ലാ വിഷയങ്ങൾക്കും കിട്ടണം. അത്രയും എയും എ പ്ലസ്സും എല്ലാം എവിടുന്നു കിട്ടാനാണ്? ആരോട് പറയാനാണ്?
ചിന്തു മോട്ടിയെ ആശ്വസിപ്പിച്ചു.
"റാങ്ക് നോക്കണ്ട. മോട്ടി ജയിക്കും. തീർച്ച."
"ഡാഡിക്കും മമ്മിക്കും ജയിച്ചാ മാത്രം പോര ചിന്തൂ..."
"പിന്നെ..?"
"ഏറ്റവും ഉയരത്തിൽ ജയിക്കണം."
"അത് എത്രേം ഉയരംണ്ടാവും..?"
"ആകാശം മുട്ടെ.."
ചിന്തു ആകാശം നോക്കി.
മോട്ടിയും നോക്കി.
മോട്ടി പറഞ്ഞു.
"ശരിക്കും പറഞ്ഞാൽ ആകാശം എന്നൊന്നില്ല ചിന്തൂ. ആ കാണുന്നത് ഉയരവും അല്ല."

"പിന്നെ അതെന്താ..?!"

"അത് അകലമാണ്. ദൂരം. നമ്മളിൽ നിന്നും മറ്റു ഗ്രഹങ്ങളിലേക്കുള്ള അകലം. നമുക്ക് എത്താൻ കഴിയുന്നതിനും അപ്പുറുത്തുള്ള അകലം. ഞാൻ പഠിച്ചിട്ടുണ്ട്. ചിന്തുവും പഠിക്കും. പഠിക്കണം. പഠിക്കുന്നത് മറ്റുള്ളവരെ കാണിക്കാനല്ല. അവനവനു വേണ്ടിയാണ്. എത്ര പഠിക്കാൻ കഴിയോ അത്രേം പഠിക്കണം. ചിന്തുവും പഠിക്കും. ബുൾബുളും പഠിക്കും. പഠിച്ച് വല്ല്യ ആൾക്കാരാവും. അറിവുള്ളവരാവും. അപ്പോ ആരേം പേടിക്കേണ്ടി വരൂല. ഒന്നും ചിന്തൂനേം ബുൾബുൾനേം പേടിപ്പിക്കില്ല. നല്ല ധൈര്യംണ്ടാവും."

ചിന്തു മിഴിച്ചു നിന്നു കേട്ടു. ഈ മോട്ടിക്ക് സത്യവതി ടീച്ചറേക്കാൾ നന്നായി പഠിപ്പിക്കാൻ കഴിയും. സത്യവതി ടീച്ചർ പറയുന്നത് ഒന്നും മനസ്സിലാവില്ല. ടീച്ചറുടെ മുഖത്തേക്ക് നോക്കുമ്പോഴേ മൂത്രിക്കാൻ മുട്ടും. ചിന്തു മോട്ടിയെ പെട്ടെന്ന് കെട്ടിപ്പിടിച്ചു. അവൻ കെട്ടിപ്പിടിച്ചത് എന്തിനാണെന്ന് മോട്ടിക്ക് മനസ്സിലായില്ല. എന്നാലും ഒന്നു മനസ്സിലായി. ചിന്തു പെട്ടെന്ന് ആരെയോ ഓർത്തു. ആ ഓർമ്മ ചിന്തുവിനെ പേടിപ്പിച്ചു. മോട്ടി ചിന്തുവിന് ഉമ്മ കൊടുത്തു. ഒന്നല്ല. ഒരുപാട്..

ഉമ്മ കൊടുത്തിട്ടും മോട്ടിയുടെ ഉള്ളിലെ ഭയം മാറിയില്ല. ചിന്തുവിന്നരികിൽ നിന്നും വിട്ടു നിൽക്കാനും മോട്ടിക്ക് തോന്നിയില്ല. റാങ്കിന്റെ കാര്യം അറിയാനായി ജ്യോത്സ്യം നോക്കുന്നപോലെ ഇടയ്ക്കിടെ രണ്ടു വിരലുകൾ നീട്ടി മോട്ടി ചിന്തുവിനോട് അതിൽ ഒരു വിരൽ തൊടാൻ പറഞ്ഞു. ചിന്തു തൊട്ടു. പക്ഷേ അവൻ തൊടുന്നതെല്ലാം തോൽക്കുന്ന വിരൽ ആയിരുന്നു...!!

മോട്ടിക്ക് കരച്ചിൽ വന്നു.

"ചിന്തൂ പിന്നേം.. പിന്നേം തോൽക്കുന്ന വിരലു തന്നാ തൊടുന്നത്. റാങ്ക് കിട്ടൂല തീർച്ച."

ചിന്തുവിന് മോട്ടിയുടെ അസ്വസ്ഥതയിൽ വലിയ സങ്കടം തോന്നി. പാവം ചേച്ചി. അവൾ മെലിഞ്ഞിരിക്കുന്നു. കുറച്ചു മുമ്പ് മോട്ടിയുടെ കയ്യിലെ വളകൾ മേലോട്ട് കയറ്റിയാൽ കൈമുട്ട് വരെ എത്താറില്ല. ഇപ്പോഴത് കൈമുട്ട് കടക്കും. ഡാഡീം മമ്മീം മോട്ടിയുടെ തലയിൽ കയറ്റിവെച്ചത് വല്ലാത്തൊരു റാങ്ക് തന്നെ. ഇതിന്നു മാത്രം എന്ത് പാപമാണ് മോട്ടി ചെയ്തത്?

"മോട്ടി എന്തിനാ ഈ വീട്ടില് ജനിച്ചത്. ഭാസ്കരന്റെ വീട്ടില് ജനിച്ചാ പോരായിരുന്നോ.."

"അതെങ്ങനാ അവിടെ ജനിക്കുന്നത്..?"

"അതെനിക്കറിഞ്ഞൂട. അവിടെ ജനിച്ചിരുന്നെങ്കിൽ ഇങ്ങനെ സങ്കടപ്പെടൂലായിരുന്നു."

ചിന്തു മോട്ടിക്ക് ധൈര്യം കൊടുത്തു.

“റാങ്ക് കിട്ടിയിട്ടില്ലെന്ന് അറിയുന്ന ദിവസം വയറ്റില് വേദന വന്നമാതിരി കിടന്നാൽ മതി,”

എന്നിട്ടും മോട്ടിക്ക് മനഃസ്സമാധാനം കിട്ടിയില്ല. ഇടയ്ക്കിടെ വയറ്റിൽ ഒരു എരിച്ചിൽ. ഡാഡിയെയും മമ്മിയെയും കണ്ടുമുട്ടുമ്പോൾ അറിയാതെ കാൽമുട്ടു വിറയ്ക്കും. വീട്ടിൽ വരുന്ന സന്ദർശകർക്കു മുന്നിൽനിർത്തി, ഇവൾക്ക് ഇത്തവണ റാങ്ക് കിട്ടുമെന്ന് മമ്മി പറയുമ്പോൾ അവൾ അറിയാതെ മൂത്രമൊഴിക്കും.

മോട്ടി താഴെക്കുപോയതേയില്ല. അവൾ ചിന്തുവിനോടും ബുൾബുളിനോടുമൊപ്പം മുകളിലെ മുറിയിൽതന്നെ ഇരുന്നു. ഇരുന്നിരുന്ന് സന്ധ്യയായി. ജനലഴികൾക്കപ്പുറം ആകാശം സന്ധ്യകൊണ്ടു നിറഞ്ഞു. മൈതാനം നിറയെ കുട്ടികൾ തലങ്ങും വിലങ്ങും ഓടിക്കളിച്ചു. പല തവണ ഭാസ്കരനും കൂട്ടരും താഴെ മതിലിന്നപ്പുറം വന്ന് കൈ മുട്ടിയും വിസിലടിച്ചും ആംഗ്യം കാട്ടിയും ചിന്തുവിനെ മൈതാനത്തേക്ക് ക്ഷണിച്ചു. ചിന്തുവിന് പോകുവാൻ കഴിഞ്ഞില്ല. അവനെന്തെ പോകാത്തതെന്നു മനസ്സിലാക്കുവാൻ മൈതാനം സ്വർഗ്ഗമാക്കുന്ന കരുമാടികളായ ഭാസ്ക്കരന്മാർക്കും കഴിഞ്ഞില്ല.

സന്ധ്യ എല്ലാം കണ്ടു ചിരിച്ചു നിന്നു.

പെട്ടെന്നാണ് ചിന്തു അകലെയെങ്ങോ ഒരു വാദ്യമേളം കേട്ടത്. അപ്പോൾ അവൻ ബുൾബുളിന് കടലാസുകൊണ്ട് തോണി ഉണ്ടാക്കി കൊടുക്കുകയായിരുന്നു. അവൻ കടലാസു മടക്കുന്ന രീതികണ്ട് അങ്ങനെയല്ല മടക്കേണ്ടതെന്ന് മോട്ടി അവനോട് തർക്കിക്കുകയായിരുന്നു.

ആ കോലാഹലത്തിനിടയിലാണ് വാദ്യമേളം.

അകലെയകലെയായി വാദ്യമേളം. കൈകൾ മുട്ടുന്നതുപോലെ... ഹൃദയമിടിപ്പുപോലെ... ചിന്നം ചിന്നം മഴ പെയ്യുന്നതുപോലെ... ബുൾബുളിന്റെ ചിരിപോലെ... അകലെയകലെയായി ഒരു വാദ്യമേളം.

താളം കേട്ടതും ഒന്നു കാതോർത്ത് ചിന്തുവും ബുൾബുളും മോട്ടിയും ഒന്നിച്ച് ജനലിനരികിലേക്ക് ഓടിച്ചെന്നു. മൈതാനത്ത് ചെറിയൊരു ആൾക്കൂട്ടം. അതുവരെ പന്തു കളിച്ചിരുന്ന കുട്ടികളത്രയും ഒരു വൃത്തം പോലെ കൂടി നിൽക്കുന്നു.. വൃത്തത്തിനു നടുവിൽ ഒരു അഭ്യാസി. അയാൾ എന്തൊക്കെയൊ അഭ്യാസങ്ങൾ കാണിക്കുന്നു. വാദ്യം കൊട്ടുന്നത് ഒരു കുരങ്ങനാണ്..

കുട്ടികൾ കയ്യടിക്കുന്നു. കൂവിവിളിക്കുന്നു. തുള്ളിച്ചാടുന്നു. ഒത്ത ദേഹമാണ് അഭ്യാസിക്ക്. മുടി നീട്ടിനീട്ടി പെണ്ണുങ്ങളെപോലെ ഇരുവശത്തേക്കും പിരിച്ചിട്ടിരിക്കുന്നു. പാതി നഗ്നദേഹം. അരയിൽ തറ്റുടുത്തതിനു ചുറ്റും അരപ്പട്ട. അരപ്പട്ടയിൽ തൂങ്ങിയാടുന്ന കൊച്ചു കൊച്ചു

ചതുരപ്പെട്ടികൾ. കയ്യിലും കാലിലും കിലുങ്ങുന്ന വളകൾ. ചിരിക്കുന്ന മുഖമാണ് കുരങ്ങന്. കുരങ്ങനുമുണ്ട് ഷർട്ടും ട്രൗസറും തൊപ്പിയും. ചില പ്പോൾ പേരുമുണ്ടാകും. അയാൾ കൈകൾ മടക്കിയും തിരിച്ചും വട്ടം കറങ്ങിയും എന്തെല്ലാമോ കാണിക്കുന്നു. കുട്ടികൾ കൈവെള്ളയിലേക്ക് ഉറ്റുനോക്കി ചിരിക്കുന്നു. രസിക്കുന്നു. ഒടുവിൽ കളി കഴിഞ്ഞതുപോലെ അഭ്യാസി കൈ നീട്ടുന്നു. കുരങ്ങന്റെ കൈപിടിച്ച് മൈതാനത്തിന്നരികിൽ കണ്ട ആദ്യത്തെ വീട്ടിലേക്ക് കയറിച്ചെല്ലുന്നു.

മോട്ടി പറഞ്ഞു.

"അത് കാക്കാലനാ.."

"ആരാ കാക്കാലൻ...?"

"ആ... അയാള് തന്നെ.."

"അയാള് ഇങ്ങോട്ട് വര്വോ...?"

"എല്ലാ വീട്ടിലും കയറി കയറി ഇവിടെയും വരും. നല്ല രസാ കളി കാണാൻ."

"ചേച്ചി കണ്ടിട്ടുണ്ടോ...?"

"ഉം... ഉം..."

കൈവീശി, കാക്കാലനോട് നേരെ ഇങ്ങോട്ട് വരാൻ പറഞ്ഞാലെ ന്തെന്ന് ചിന്തുവിന് തോന്നി. ചിന്തു കൈവീശുന്നത് കണ്ട് ബുൾബുളും കൈവീശി. പക്ഷേ കാക്കാലനതു കണ്ടില്ല. ചിലപ്പോൾ മറഞ്ഞും വീടു കൾക്കിടയിൽ കൂട്ടം കൂടിയ ആളുകൾക്കിടയിലൂടെ, ഉയരുന്ന അമരുന്ന ശബ്ദഘോഷങ്ങൾക്കിടയിലൂടെ കാക്കാലനേയും കുരങ്ങനെയും വാദ്യ ത്തെയും അവർ കണ്ടുകൊണ്ടിരുന്നു. ഓരോ തവണ കാണുമ്പോഴും ചിന്തു പറഞ്ഞു.

"ഇങ്ങോട്ടാ വരുന്നത്...!!"

അവർ നോക്കുമ്പോഴേക്കും കാക്കാലൻ അടുത്ത വീട്ടിലേക്ക് കയറും.

വീണ്ടും കാണുമ്പോൾ ബുൾബുൾ വിളിച്ചു പറയും.

"അതാ വരുന്നുണ്ട്...!!"

ബുൾബുൾ പറഞ്ഞത് കേൾക്കാതെ കാക്കാലൻ അടുത്ത വീട്ടിൽ കയറും.

വീണ്ടും ഇറങ്ങി വരുമ്പോൾ മോട്ടി പറയും.

"അത് ഇങ്ങോട്ടാ..!"

കാക്കാലൻ ഇത്തവണ മറ്റൊരു വീട്ടിൽ കയറി.

ചിന്തുവിനു കരച്ചിൽ വന്നു.

"കാക്കാലനെന്താ ഇങ്ങോട്ട് വരാത്തത്..?"

"വരും. ഇനിയും എത്ര വീടുണ്ട് കയറാൻ."

ചിന്തുവിനെ സമാധാനിപ്പിച്ചുവെങ്കിലും മോട്ടിക്ക് വിശ്വാസം വന്നില്ല. ഇങ്ങോട്ടു വരാതെ കാക്കാലൻ പൊയ്ക്കളയുമോ? അങ്ങിനെ വരരുതേ. കാക്കാലനെ കാണാൻ ചിന്തുവിനും ബുൾബുളിനും കണ്ണുനിറയെ കൊതിയുണ്ട്. അത് മോട്ടിക്ക് അറിയാം.

കാക്കാലൻ വരുമോ...?

കാക്കാലൻ വരുന്നത് മമ്മിക്കും ഡാഡിക്കും രസിക്കുമോ..?

ഈശ്വരാ കാക്കാലൻ വരണേ.....

മോട്ടി വിലപിച്ചതൊന്നും ചിന്തുവും ബുൾബുളും കേട്ടില്ല. അവർ കാക്കാലനും കുരങ്ങനും തെളിയുന്നതും മറയുന്നതും കണ്ടുകൊണ്ടിരുന്നു. താഴത്തെ മുറിയിൽ

ചിന്തുവിന്റെ ഡാഡി, സെക്രട്ടറി പെണ്ണിന് ഡിക്റ്റേഷൻ കൊടുക്കുകയാണ്. നാളത്തെ ഒരു കോൺഫറൻസിന്റെ തിരക്കിലാണ് ഡാഡി. തല നിറയെ ഫയലും പിന്നെ കോക്ക്ടെയിൽ പാർട്ടിയിലെ വിസ്കിയുടെ മണവും മാത്രം.

അടുക്കളയിൽ വെളിച്ചെണ്ണ കരിയുന്ന വാസന. പുതുതായി വാങ്ങിയ പ്രഷർകുക്കറും, കുക്കർ കമ്പനിക്കാർ അയച്ചു കൊടുത്ത പാചകനിധി പുസ്തകവുമായാണ് രാവിലെ തന്നെ മമ്മിയുടെ സുഹൃത്തുക്കൾ വന്നത്.

ഒരു മിസിസ്സ് എ.ബി. വാരിയരും ഒരു മിസിസ്സ് ഇ. എഫ്. കുറുപ്പും.

വന്നതും എല്ലാവരുംകൂടി കുക്കറും പുസ്തകവുമായി അടുക്കളയിൽ കയറിയതാണ്. പാചകം എവിടംവരെ ആയെന്ന് വാതിൽ അടച്ചിട്ടതിനാൽ കാണാൻ സാധ്യമല്ല.

തീരെ സംശയിച്ചു നിൽക്കാതെ ചിന്തു വാതിലിന്നു മുട്ടി.

തുറന്നത് എന്തോ കൊറിച്ചുകൊണ്ട് ഏതോ ഒരു തടിച്ചി കുറുപ്പ്.

“വാട്ട് യൂ വാൺഡ് ചിന്തൂ...?”

ചിന്തു ശുദ്ധമലയാളം പറഞ്ഞു.

“മമ്മി എവിടെ...?”

മമ്മി തല നീട്ടി.

“എന്താ ചിന്തൂ...?”

“കാക്കാലൻ വരുന്നുണ്ട്...”

മമ്മിക്ക് ഒരു പിടിയും കിട്ടിയില്ല. ഇ.എഫ്. കുറുപ്പ് കൊറിക്കാൻ എടുത്തത് വായിലിടാതെ കേട്ടതെന്താണെന്ന ഭാവത്തിൽ മിഴിച്ചു നിന്നു. എ.ബി.വാരിയരും തല നീട്ടി. മമ്മിക്ക് ചിന്തുവിനോട് കോപം വന്നു.

“എന്താടാ... ?”

“കാക്കാലൻ വരുന്നുണ്ട് മമ്മി. ഇതാ അപ്പുറത്തെ വീട്ടിലൊക്കെ എത്തി.”

“കാക്കാലനോ...?!”

“ആ..കാക്കാലൻ. ചേച്ചി പറഞ്ഞു. ഒപ്പം കുരങ്ങനും ഉണ്ട്. ഇവിടെ ഇപ്പം വരും. മമ്മി വേഗം വാ.”

വാതിൽ പൂർണ്ണമായും തുറന്ന് മമ്മി ചിന്തുവിന് നേരെ ചാടി.

“ഇവിടെ ഇപ്പം കാക്കാലനും വേണ്ട. അരക്കാലനും വേണ്ട. ....ഗോ....ഗോ ആന്റ് സ്റ്റഡി.”

ചിന്തുവിന് മമ്മിയെ കൊല്ലാൻ തോന്നി. ഇതെന്തൊരു അഹംഭാവ മാണ്.

“എനിക്ക് കാക്കാലനെ കാണണം. മമ്മി വാ.”

മമ്മി കണ്ണുരുട്ടി. ചിന്തുവിന് മൂത്രം കിനിഞ്ഞു. ആദ്യം മമ്മി കണ്ണു രുട്ടും. പിന്നെ ഭുമി ഒന്നായി ഉരുട്ടും. ആദ്യത്തേത് സൂചനയാണ്. സുഹൃ ത്തുക്കളുടെ മുൻപിൽ വെച്ച് അനുസരണക്കേടു കാണിക്കരുതെന്ന താക്കീതാണ്. അനുസരണക്കേടു കാണിച്ചാൽ ഒന്നു വീഴണ്ടിടത്ത് പത്ത് വീഴും. അടി തടുക്കാൻ ചിന്തുവിന്റെ ചന്തിയിൽ സ്ഥലം പോരാതെ വരും. ചിന്തു പതുക്കെ തിരിഞ്ഞു നടന്നു. ചിന്തുവിന്റെ പോക്കുനോക്കി എ.ബി. വാരിയർ നല്ല മൊഴിയിൽ സർട്ടിഫിക്കറ്റ് എഴുതി.

“ചിന്തുവിന് നല്ല അനുസരണയുണ്ട്..”

ആ സർട്ടിഫിക്കറ്റ് ചിന്തുവിന്റെ മമ്മി മനസ്സിൽ ചില്ലിട്ടു സൂക്ഷിച്ചു വെച്ചു.

നാലാള് വന്നാൽ കാണിച്ചു കൊടുക്കാമല്ലോ.

ചിന്തു പുറത്ത് വാതില്ക്കൽ ചെന്നു. അടച്ചിട്ട ഗെയ്റ്റ്. ഗെയിറ്റിനരി കിൽ തന്റെ കൂട്ടിൽ ഇരുന്ന് ഗൂർഖ ആർക്കോ കത്തെഴുതുന്നു. തോട്ട ക്കാരൻ ഒരു ചെടിക്ക് തടം എടുക്കുന്നു. പെട്ടെന്നാണ് ഗെയ്റ്റ് തുറന്നു അലമേലു വന്നത്. വന്നതും അലമേലു ചിന്തുവിന്റെ കവിൾ തടവി. അല മേലു വന്നത് പണം വാങ്ങാനാണ്. റിക്ഷ ചവിട്ടുന്നതിന്റെ പണം. പക്ഷേ അലമേലുവിന് പണം കിട്ടണമെങ്കിൽ മമ്മിയോ ഡാഡിയോ പുറത്ത് വരണം. അലമേലു വരാന്തയിലെ പൊടി തട്ടി നിലത്ത് ഇരുന്നു.

“ചിന്തൂന്റെ മുഖത്തെന്താ ഒരു ദുഃഖം..?”

അതു കേട്ടതും ചിന്തുവിന് കരച്ചിൽ വന്നു.

എങ്ങനെ പറയും?

അലമേലു എന്തു കരുതും.

കാക്കാലൻ കയ്യെത്തിയാൽ തൊടാവുന്ന ദൂരത്തായി.

കുട്ടികളുടെ ആർപ്പുവിളിയും വാദ്യമേളവും കാതടച്ചാലും കേൾക്കാ വുന്നത്ര അടുത്തായി.

“എന്താ ചിന്തൂ...?”

"കാക്കാലൻ വരുന്നുണ്ട്. ഒച്ച കേട്ടില്ലേ...?"

അലമേലുവിന്റെ കണ്ണു വിടർന്നു.

അയാളും കേട്ടു ശബ്ദമേളം.

ശരിയാണ്. കാക്കാലൻ വരുന്നു. വിദ്യകൾ അനവധിയുണ്ട് കാക്കാലന്റെ സഞ്ചിയിൽ. കാണിച്ചാലും കാണിച്ചാലും തീരാത്തത്ര വിദ്യകൾ. ചൊല്ലിയാലും ചൊല്ലിയാലും തീരാത്തത്ര ശ്ലോകങ്ങൾ.

"വരട്ടെ വരട്ടെ നമുക്ക് എല്ലാ വിദ്യകളും കാണിച്ചു തരാൻ പറയണം."

ചിന്തുവിന്റെ മനസ്സിൽ പൂക്കൾ വിരിഞ്ഞു. ഒരു നിമിഷം അലമേലു തന്റെ മമ്മിയായിരുന്നെങ്കിൽ എന്നു ചിന്തുവിനു തോന്നി. അവൻ പെട്ടെന്ന് മുകളിലേക്ക് ഓടി. മുകളിൽ ബുൾബുൾ ഉണ്ട്. മോട്ടിയുണ്ട്. അവരോട് വിളിച്ചു പറയണം വിളിച്ചു കൂവണം. കാക്കാലൻ വരുന്നു. വിദ്യകളുള്ള സഞ്ചി തുറക്കാൻ പോകുന്നു. അലമേലു പറഞ്ഞു.

അലമേലു സത്യമായും പറഞ്ഞു.

അലമേലു തുറന്നു വെച്ച ഗെയ്റ്റിലൂടെ ഒരു പുതുമഴയുടെ ആഹ്ലാദത്തിമിർപ്പു പോലെ കാക്കാലനും കൂട്ടരും കടന്നു വന്നു. മുന്നിൽ കുരങ്ങൻ. കയ്യിൽ വാദ്യം. പിറകിൽ കാക്കാലൻ. കാക്കാലന്നു പിറകിൽ കരുമാടികൾ. പുതു മഴ ചിന്തുവിന്റെ വീട്ടുമുറ്റം നിറയെ പെയ്തു നിന്നു. ഗൂർഖയും തോട്ടക്കാരനും ചുറ്റും കൂടി. അലമേലു വിടർന്ന കണ്ണുമായി ചിന്തു എവിടെയെന്നു തിരഞ്ഞു. ആരവം കാതിലെത്തിയതും ചിന്തുവും ബുൾബുളും മോട്ടിയും പറന്നു താഴത്തെത്തി.

മുറ്റത്ത് കാക്കാലൻ..!!

അവർ അലമേലുവിന് ചുറ്റും നിന്നു.

കുരങ്ങൻ ഒരിടത്തിരുന്ന് വാദ്യം കൊട്ടാൻ ഒരുങ്ങി.

പിറകെ വന്ന കുട്ടികൾ അവിടെയും ഇവിടെയും തങ്ങി നിന്നു. കാക്കാലൻ അരയിലെ കൊച്ചു പെട്ടികൾ അഴിച്ചു വെച്ചു. ഒന്നു തുറന്നതും അതിൽ നിറയെ ശീട്ടുകൾ ചിന്തു കണ്ടു. അതൊരിടത്ത് മാറ്റി വെച്ച് സഞ്ചി തുറന്ന് ചെപ്പുകൾ പുറത്തെടുത്തു.

കുരങ്ങൻ വാദ്യം തുടങ്ങി.

ചെപ്പുകൾ ഓരോന്നെടുത്തെടുത്ത് കാക്കാലൻ അമ്മാനമാടി. പെട്ടെന്ന് ഒരു ചെപ്പു മാത്രം കയ്യിലെടുത്ത് കാക്കാലൻ ആദ്യം കൈ നിവർത്തി കാണിച്ചത് ചിന്തുവിനെ. വീണ്ടും കൈ പൂട്ടി, ഒന്നു വട്ടം കറക്കി പെട്ടെന്നു ഒരു വശം തുറന്നു കാണിച്ചപ്പോൾ പന്തിന്റെ സ്ഥാനത്ത് ഒരു ചെറിയ തത്തയുടെ മുഖം.

പന്തെങ്ങിനെ തത്തയായി..??!!

ചിന്തു അതിശയത്തോടെ കയ്യടിച്ചു.

അടുത്ത ചെപ്പെടുത്ത് കൈവെള്ളയിലിട്ട്, താളം ചവിട്ടി, താളം കൊട്ടി, കളിചിരി പറഞ്ഞ്, ചെപ്പിനെ ഒരാനയോ ഒരു പൂച്ചയോ ആയി രൂപാന്തര പ്പെടുത്താൻ കാക്കാലൻ ഒരുങ്ങവേ, പെട്ടന്ന് അകത്തു നിന്നും ചിന്തു വിന്റെ മമ്മിയും ഡാഡിയും സുഹൃത്തുക്കളും കടന്നു വന്നു.

"മതി മതി ഇവിടിതൊന്നും വേണ്ട. പോയാട്ടെ എല്ലാവരും.."

താളം നിന്നു.

കൈവെള്ളയിലെ ആന കൈവെള്ളയിൽ തന്നെ ചെപ്പായി. കാക്കാലന്ന് വലിയ ദുഃഖം തോന്നി. ഈ വിദ്യകൾ ഇവർക്ക് രസിക്കുന്നില്ലെന്നോ. കാക്കാലൻ കൈകൂപ്പി.

"പഠിച്ച വിദ്യകൾ പലതുണ്ട്. കാണിക്കാം, രസിപ്പിക്കാം, പന്ത് താമര യാകും, താമര അമ്മയുടെ ചിരിക്കുന്ന മുഖമാകും."

ചിന്തുവിന്റെ മമ്മി കലി തുള്ളി.

"വേണ്ടെന്ന് പറഞ്ഞില്ലേ..?"

അവർ ഗൂർഖയോട് കണ്ണുരുട്ടി.

"ആരാ പറഞ്ഞത് ഇവരെയൊക്കെ കടത്തിവിടാൻ. പുറത്തു കളയൂ. സകലതിനേം."

ഒന്നു കളിച്ചോട്ടെ എന്നു പറഞ്ഞു നോക്കിയാലെന്തെന്നു അലമേലു വിന് തോന്നി. തോന്നിയതല്ലാതെ അലമേലു പറഞ്ഞില്ല. അയാൾ ചിന്തു വിന്റെ കൈപിടിച്ചു. കാക്കാലൻ പന്തുകൾ സഞ്ചിയിൽ എടുത്തിടുന്നതു കണ്ടതും ചിന്തു മമ്മിയെ തടഞ്ഞു.

"എനിക്കു കാണണം, എനിക്കു കാണണം മമ്മീ...."

മമ്മി ചിന്തുവിനെ തൂക്കിയെടുത്തു.

"ഈ ഒച്ചയും ബഹളവും ഒന്നും ഇവിടെ പറ്റില്ല. അകത്ത് മമ്മിക്കും ഡാഡിക്കും പണിയുണ്ട്. വാശി കാണിച്ചാൽ നല്ല തല്ല് കിട്ടും."

കാക്കാലൻ എല്ലാം കണ്ട് വേദനിച്ചു നിന്നു. അവസാനത്തെ പന്തും സഞ്ചിയിലിട്ട്, കുരങ്ങന്റെ കൈപിടിച്ച് പടിയിറങ്ങവേ, കാക്കാലൻ, മോട്ടി എടുത്തുകൊണ്ടുപോയ ചിന്തുവിന്റെ കരച്ചിൽ അവൻ പ്രയാസപ്പെട്ട് അമർത്തുന്നത് കേട്ടുകൊണ്ടിരുന്നു.

പിന്നെ വഴിയിലെ വീടുകളിലൊന്നും കയറുവാൻ മനസ്സുവരാതെ കാക്കാലൻ അകന്നകന്ന് മറഞ്ഞു മറഞ്ഞ് എങ്ങോ പോയി.

ആറ്

അലമേലു

രാത്രി.

ചിന്തു തനിച്ച് മുറിയിൽ കിടന്നു. അടുത്ത മുറിയിലാണ് മോട്ടി. തുറന്ന വാതിലിന്നപ്പുറം ടേബിൾ ലാമ്പിന്റെ വെളിച്ചം. മോട്ടി ഇനിയും ഉറങ്ങിയിട്ടില്ലെന്നു തോന്നുന്നു. ചിന്തു പതുക്കെ എഴുന്നേറ്റു ചെന്നു. കട്ടിലിൽ ചെരിഞ്ഞു കിടന്ന് ഒരു ചിത്രകഥ വായിക്കുകയാണ് മോട്ടി. ചിന്തു ചെന്ന് അവളെ തൊട്ടു.

"ചേച്ചി എന്താ ഉറങ്ങാത്തേ...?" "ഉറക്കം വരുന്നില്ല."

മോട്ടി അവനെ എടുത്ത് കട്ടിലിൽ തന്റെ അരികിൽ ഇരുത്തി. ചിന്തുവിന്റെ മനസ്സുനിറയെ എന്തോ ആലോചനയാണെന്ന് മോട്ടിക്ക് മനസ്സിലായി. അതാണ് അവന് ഉറക്കം വരാത്തത്. അല്ലെങ്കിൽ ഈ നേരമാവുമ്പോഴേക്കും അവൻ ഉറങ്ങേണ്ടതാണ്. ഇത് പതിവില്ലാത്തതാണ്. മോട്ടി ചിന്തുവിനെ രസിപ്പിക്കാനെന്നവണ്ണം ചിത്രപുസ്തകത്തിന്റെ ആദ്യപേജ് മറിച്ചു.

"ചിന്തൂന് ചേച്ചി ഈ കഥ പറഞ്ഞുതരട്ടെ."

"വേണ്ട."

"അതെന്താ ചിന്തൂ...?"

"എനിക്കിത് കേൾക്കണ്ട."

"അത്രേം ഇഷ്ടല്ല...?"

"ഇഷ്ടല്ല."

ഇനിയെന്താണിവനോട് പറയുക എന്നായി മോട്ടി. മനസ്സിലെ ദുഃഖം മുഖത്ത് കാണിച്ചുകൊണ്ട് ചിന്തു ഇരുന്നു. അവന്റെ കാതു നിറയെ കാക്കാലന്റെ വാദ്യമേളം.

കണ്ണുനിറയെ കളി ചിരി പറയുന്ന രൂപം.

ചിന്തു മോട്ടിയുടെ കൈപിടിച്ചു.

"ആ കാക്കാലൻ ഇപ്പോഴെവിടെ എത്തീട്ടുണ്ടാവും..?"

"ആവോ..."

"ആ കാക്കാലൻ ഇനിയും വരുോ..?"

"വരും."

"അതെങ്ങനാ ആ ചെറിയ പന്ത് തത്തയായത്..?"

"മന്ത്രം കൊണ്ടാ.."

"ആരുടെ മന്ത്രം കൊണ്ട്..?"

"കാക്കാലന്റെ.."

"അത് ഏന്ത് മന്ത്രാ.?"

"എനിക്കറിയില്ലല്ലോ ചിന്തൂ..."

"കാക്കാലനോട് ചോദിച്ചാ ആ മന്ത്രം പറഞ്ഞുതരുോ..?"

"ചിലപ്പോ പറഞ്ഞു തരും......"

"ചേച്ചിക്ക് പറഞ്ഞു തന്നിട്ടുണ്ടോ..?"

"പറഞ്ഞു തരണെങ്കില് ചോദിക്കണ്ടേ. ഞാൻ ചോദിച്ചില്ല.."

കുറച്ചുസമയം കൂടി കിട്ടിയിരുന്നുവെങ്കിൽ ആ മന്ത്രം കാക്കാലനോട് ചോദിക്കാമായിരുന്നുവെന്ന് ചിന്തുവിന് തോന്നി. ഹരം പിടിച്ചു വരിക യായിരുന്നു. അപ്പോഴാണ് മമ്മിയും ഡാഡിയും പറന്നു വീണത്. എല്ലാം ചവിട്ടി നശിപ്പിച്ചത്. മന്ത്രം കിട്ടിയിരുന്നുവെങ്കിൽ എത്ര പന്ത് വേണ മെങ്കിലും തത്തയാക്കാമായിരുന്നു. മുറി നിറയെ തത്തകൾ...!! ചിന്തു വിന്റെ വീടു നിറയെ തത്തകൾ...!! മമ്മിയും ഡാഡിയും തല്ലാൻ വന്നാൽ അവരെയും പിടിച്ച് തത്തകളാക്കാമായിരുന്നു...!! പാവം കാക്കാലൻ. ആ മന്ത്രവും പന്തും തത്തയുംകൊണ്ട് കാക്കാലൻ എവിടേക്കാണ് പോയത്...?

അന്നു രാത്രി ചിന്തു മോട്ടിയുടെ അരികിൽ കിടന്നുറങ്ങി. മോട്ടിക്കും വലിയ സന്തോഷം തോന്നി. മോട്ടിയുടെ കൈ എടുത്ത് നെഞ്ചിൽ വെച്ച്, അവളുടെ ഉത്തരമല്ലാത്ത ഉത്തരങ്ങൾക്ക് കാതു നൽകി പതുക്കെ പ്പതുക്കെ ഉറക്കത്തിനുള്ളിൽ അമരവേ, കാക്കാലൻ ഒരു സുന്ദര സ്വപ്ന മായി ചിന്തുവിനെ തേടിയെത്തി. സ്വപ്നത്തിലെ കാക്കാലന് ചെറി യൊരു നിറ വ്യത്യാസം ഉണ്ടായിരുന്നു. പിന്നെ ഭംഗിയുള്ളൊരു കിരീടവും.

സൈക്കിൾറിക്ഷയുമായി അലമേലു എത്തുന്നതിനു മുമ്പേ ചിന്തുവും ബുൾബുളും സ്ക്കൂളിൽ പോകാൻ ഒരുങ്ങി നിന്നു. മോട്ടി സ്വല്പം നേരത്തെ കാറിൽ കയറി പോയി. അവളുടെ സ്ക്കൂൾ സ്വല്പം ദൂരെയാണ്. സൈക്കിൾ റിക്ഷയിൽ കയറിയാൽ ഒരു ദിവസംകൊണ്ടേ അവിടെയെത്തൂ.

സ്വപ്നത്തിൽ കിരീടവും ചൂടി വന്ന കാക്കാലന്റെ രൂപം എത്ര മുഖം കഴുകിയിട്ടും ചിന്തുവിന് മായ്ചു കളയുവാൻ കഴിഞ്ഞില്ല. ചിന്തു കാക്കാ ലനെ സ്വപ്നം കണ്ട കഥ ബുൾബുളിനോട് പറഞ്ഞു. ബുൾബുളിനോട് പറഞ്ഞപ്പോൾ അത് അതിലും രസം. അവളും സ്വപ്നം കണ്ടിരുന്നു...!

പക്ഷേ, കാക്കാലനെയല്ല.

കാക്കാലന്റെ കൂടെവന്ന വാദ്യം കൊട്ടിയ കുരങ്ങനെ!!!

സ്വപ്നത്തിൽ കണ്ടപ്പോൾ കുരങ്ങൻ ബുൾബുളിനോട് പേര് ചോദിച്ചു വത്രെ. ചോദിച്ചത് കുരങ്ങനാണെന്നൊന്നും കരുതാതെ ബുൾബുൾ കൂസലില്ലാതെ പേരു പറഞ്ഞു.

"ബുൾബുൾ." കുരങ്ങൻ ബുൾബുളിന്റെ കൈപിടിച്ചു കുലുക്കി ചിരിച്ച് തന്റെ പേരിങ്ങോട്ടും പറഞ്ഞുകൊടുത്തു. "മൈ നേം ഈസ് പിറ്റി. അതായത് എന്റെ അച്ഛൻ ഇട്ട പേര് പിറ്റി." ചിന്തുവിന് ആകപ്പാടെ ഒരു പിടിയും കിട്ടിയില്ല. അവൻ ബുൾബുളിനോട് വീണ്ടും ചോദിച്ചു. "പിറ്റിയോ...?! അതെന്ത് പേരാ പിറ്റി എന്നു പറഞ്ഞാൽ...?!!" ബുൾബുൾ വിട്ടു കൊടുത്തില്ല. "പിറ്റി എന്നു പറഞ്ഞാലെന്താ...? പിറ്റി തന്നെ." ചിന്തു മനസ്സിൽ പറഞ്ഞു.

പിറ്റി.

തരക്കേടില്ല. പറയാൻ ഒരു സുഖമുണ്ട്.

കാക്കാലനേയും പിറ്റിയേയും ഓർത്തു നിന്നതുകൊണ്ട് ഡാഡി ഓഫീസിലേക്ക് തിരിക്കുന്നതിനു മുമ്പ് വാതിൽക്കൽ ചെന്നു ടാറ്റാ പറ യാൻ ചിന്തുവിന് കഴിഞ്ഞില്ല. ഡാഡി പോയതും മമ്മി ചിന്തുവിന്റെ അരി കിൽ വന്ന് അവന്റെ ടൈ നേരെയാക്കി വെച്ചു. ഷർട്ടിലെ ഒന്നു രണ്ടു ചുളിവുകൾ വലിച്ചു ശരിയാക്കിയ ശേഷം, അവന്റെ നില്പും ഭാവവും ഇഷ്ടപ്പെടാതെ പറഞ്ഞു.

"നിനക്ക് കുറച്ചു കൂടുന്നുണ്ട്..." ചിന്തു അത് തന്നെ തിരിച്ചും മന സ്സിൽ പറഞ്ഞു. മമ്മിക്കും ഡാഡിക്കും കുറച്ചു കൂടുന്നുണ്ട്. ചിന്തു അറി യുന്നില്ലെന്നു വേണ്ട.

അലമേലു ഒരു പാട്ടും പാടി സൈക്കിൾ ചവിട്ടി.

അകത്ത് മുഖാമുഖം നോക്കി ബുൾബുളും ചിന്തുവും ഇരുന്നു.

ചിന്തു സഞ്ചി മടിയിൽ എടുത്തുവെച്ചു. അലമേലു പാടുന്നത് നല്ല പാട്ടാണ്. പലതവണ കേട്ടതാണെങ്കിലും വരികൾ ഒന്നും ചിന്തുവിന് ഓർമ്മയില്ല. അലമേലു പാടുന്നതെല്ലാം ഒരേ പാട്ടാണെന്ന് മോട്ടി പല തവണ ചിന്തുവിനോട് പറഞ്ഞിട്ടുണ്ട്.

ചിന്തുവിനും അത് തന്നെ തോന്നിയിരുന്നു. അലമേലു പാടിക്കൊ ണ്ടേയിരുന്നു.

ഒരുവരി പാടിക്കഴിയുമ്പോഴാണ് അലമേലു ഒരുവട്ടം പെഡൽ ചവിട്ടു ന്നത്.

അലമേലു പാടിയിട്ടും ബുൾബുൾ മുന്നിൽ ഇരുന്നു കുസൃതിച്ചിരി ചിരിച്ചിട്ടും ചുറ്റും വാഹനങ്ങൾ ശബ്ദിച്ചു നീങ്ങിയിട്ടും ഒന്നും ചിന്തു വിന്റെ മനസ്സു നേരെ നിന്നില്ല. അവന്റെ നോട്ടം ഇരുവശങ്ങളിലും പരതി.

അവിടെയെങ്ങാനും കാക്കാലനുണ്ടോ...?

മന്ത്രങ്ങളറിയുന്ന..

വിദ്യകളറിയുന്ന...

പന്തിനെ തത്തയാക്കുന്ന

തന്റെ കാക്കാലനുണ്ടോ...?

ചിന്തു ഓർത്തോർത്തിരുന്നു.

ചുറ്റും നോക്കിക്കൊണ്ടിരുന്നു.

ബുൾബുൾ കൈമുട്ടിക്കൊണ്ടിരുന്നു.

അലമേലു പാടിക്കൊണ്ടിരുന്നു.

മനസ്സിലെ കവിതകൾ ചുണ്ടിൽ നെയ്തുകൊണ്ടിരുന്നു.

അപ്പോഴാണ് ചിന്തു അത് കണ്ടത്. വഴിയിൽ ഒരാൾക്കൂട്ടം. കൂവിയാർത്ത്, തിമിർത്തു രസിക്കുന്ന ഒരാൾക്കൂട്ടം. ആൾക്കൂട്ടത്തിനുള്ളിൽ, ഒരു പപ്പടവട്ടത്തിലുള്ള പുൽപ്പരപ്പിൽ ചെപ്പടി വിദ്യയുമായി കാക്കാലൻ. തപ്പു കൊട്ടുന്ന കുരങ്ങൻ.

ചിന്തു ഇരുന്നിടത്തുനിന്നും എഴുന്നേറ്റു പോയി.

നിഴലുകളാടുന്ന തിരശ്ശീലയുടെ ചലനം പോലെ കാക്കാലനും ആൾക്കൂട്ടവും ചിന്തുവിന്നു മുന്നിൽ റിക്ഷയ്ക്കരികിലൂടെ ഞൊടിയിടയിൽ മറഞ്ഞു. റിക്ഷ വളവു തിരിഞ്ഞു. ബുൾബുൾ ഒന്നും അറിഞ്ഞിട്ടില്ല. അലമേലു ഒന്നും അറിഞ്ഞിട്ടില്ല. ചിന്തുവിന്റെ പാരവശ്യം ആരും കണ്ടില്ല. പിറകോട്ടും മുന്നോട്ടും നോക്കി എന്തുചെയ്യണമെന്നറിയാതെ ചിന്തു ഇരുന്നു.

കാതിൽ നിറയെ വാദ്യമേളം. കണ്ണിൽ അദ്ഭുതങ്ങളുടെ കൂമ്പാരം. അലമേലു റിക്ഷ ഒന്നു നിർത്തിയിരുന്നെങ്കിൽ. കാണുവാൻ ആഗ്രഹിച്ച ത്രയും ഒന്നു കാണുവാൻ കഴിഞ്ഞിരുന്നെങ്കിൽ. ചിന്തുവിന് ഒരു ബുദ്ധി തോന്നി. അവൻ ബുൾബുളിനോട് കണ്ണടച്ച് ഒന്നു മുതൽ നൂറുവരെ മുന്നോട്ടും പിറകോട്ടും എണ്ണാൻ കഴിയുമോ എന്നു ചോദിച്ചു. അവൾക്കത് നിസ്സാരം. നൂറുവരെയല്ല നൂറായിരം വരെ എണ്ണി കാണിച്ചു തരാം. ചിന്തു ചോദിക്കേണ്ട താമസം അവൾ കണ്ണടച്ച് എണ്ണാൻ തുടങ്ങി.

വൺ... ടു... ത്രീ... ഫോർ... ചിന്തു അലമേലുവിനെ നോക്കി.

അലമേലു ലഹരിയോടെ പാടുന്നു. ബുൾബുളിനെ നോക്കി. ബുൾബുൾ വാശിയോടെ എണ്ണുന്നു.

ഫൈവ്... സിക്സ്... സെവൻ... എയ്റ്റ്... ചിന്തു പതുക്കെ റിക്ഷയിൽ നിന്നും ചാടി. ഒരു തൂവൽ വീഴുന്ന പോലെ. അലമേലു അറിഞ്ഞില്ല. ബുൾബുൾ അറിഞ്ഞില്ല. റിക്ഷ ബുൾബുളിന്റെ എണ്ണവുംകൊണ്ട് മുന്നോട്ടു പോയി. നയൻ... ടെൻ... ലെവൻ... പിന്നെ ചിന്തു തിരിഞ്ഞ് ഒരു ഓട്ടം ഓടി. കാക്കാലനെ കാണാൻ. വഴിയരികിലെ മന്ത്രം പകർത്താൻ.

ഏഴ്

വിരലുകൾക്കുള്ളിലെ കിളികൾ

ചെപ്പു തുറന്ന് പന്തുകളിലൊന്നെടുത്ത് ആദ്യം വലം കയ്യിൽ വെച്ച് പിന്നെ ഇടം കയ്യിലേക്കു മാറ്റി ഒന്നു പിഴിഞ്ഞ് നീരു കളയുന്നതുപോലെ കൂട്ടിക്കുഴച്ച്, വീണ്ടും വലം കയ്യിൽ വെച്ച് ഒന്നു കുലുക്കി ആകെ തൊട്ടു ഴിഞ്ഞ്,..,

കിളി

കിളി

കിളി

കിളി

കിളി

കിളിയെന്നു പറഞ്ഞുകൊണ്ട് കാക്കാലൻ മുന്നിൽ വട്ടമിട്ട് ഇരുന്ന ഓരോ മുഖത്തിനു മുന്നിലും കാണിച്ചു കൈ നീക്കവേ ആൾക്കൂട്ട ത്തിനിടയിലൂടെ, ആൾക്കാരുടെ കാലുകൾക്കിടയിലൂടെ ചിന്തു കാക്കാലന്നു മുന്നിലേക്ക് നൂണു വന്ന്, രക്ഷപ്പെട്ടു എന്ന ഭാവത്തിൽ ചമ്രം പടിഞ്ഞ് ഇരുന്നതും കൂട്ടിപ്പിടിച്ച കൈപ്പത്തിക്കു മുകളിലെ ഏതാനും വിരലുകൾ കാക്കാലൻ പൊന്തിച്ചു കാണിച്ചതും ഒരുമിച്ച്. കാക്കാലന്റെ കൈപ്പത്തിക്കുള്ളിൽ പന്തിനു പകരം ചിന്തു കണ്ടത് ഒരു മഞ്ഞ ക്കിളിയെ...!!!

ചിന്തു പൊട്ടിച്ചിരിച്ചു.

ആ ചിരി കാക്കാലൻ കേട്ടു.

കേട്ടതും കാക്കാലൻ നോക്കിയതും ചിന്തു പെട്ടന്നു ചോദിച്ചു.

“തത്തയെവിടെ...?”

നറുംചിരിയോടെ കാക്കാലൻ ചിന്തുവിനെ നോക്കി. എവിടെയോ വെച്ചു കണ്ടതുപോലെ. ഈ മുഖത്തുനിന്നും വന്ന കരച്ചിൽ എവിടെയോ കേട്ടതുപോലെ. ചിന്തു വീണ്ടും ചോദിച്ചു.

“തത്തയെവിടെ..?”

കാക്കാലന് അത് നിസ്സാരം.

കൈപ്പത്തികൾ ഒന്നുകൂടി പരസ്പരം കൂടിക്കുഴയേണ്ട താമസം, മഞ്ഞക്കിളി പറന്നുപോയി. പകരം വന്നത് ഒരു നല്ല തത്ത. ചുകന്ന ചുണ്ടൻ തത്ത.

ചിന്തു പൊട്ടിച്ചിരിച്ചു.

ആ ചിരി കാക്കാലനേയും ചിരിപ്പിച്ചു.

പിന്നീടങ്ങോട്ട് വിദ്യകളുടെ കോലാഹലമായിരുന്നു. പന്തുകളോരോന്നും കാക്കാലന്റെ കൈവെള്ളയിൽ ചെറിയ ചെറിയ കിളികളായി. കിളികളായ പന്തുകൾ കൊള്ളാവുന്ന വലുപ്പത്തിൽ ആനയായി,

കുതിരയായി...

ഞണ്ടായി...

മയിലായി

മഞ്ചാടിക്കുരുവായി.

തുറന്ന വിരലുകൾക്കിടയിലൂടെ ചിന്തു ആനയുടെ കൊച്ചു തുമ്പിക്കൈ കണ്ടു. കുതിരയുടെ മുഖവും വാലും കണ്ടു.

ഞണ്ടിന്റെ ഇറുക്കുന്ന കാലു കണ്ടു.

മയിലിന്റെ പീലി കണ്ടു.

മഞ്ചാടിക്കുരുവിന്റെ ചുകപ്പുരാശി കണ്ടു.

ആകെ തകൃതിമയം.

ആൾക്കൂട്ടം ചിരിച്ചു വീണു.

താളം കൊട്ടിക്കൊട്ടി കുരങ്ങന്റെ കൈ വേദനിച്ചു.

പിന്നീടാണ് കാക്കാലൻ അഴിച്ചു വെച്ച രണ്ടു കൊച്ചു പെട്ടികൾ ചിന്തു കണ്ടത്. ചിന്തു അതിലൊന്ന് ചൂണ്ടി.

“അതിലെന്താ...?”

“അതിലൊ...? അതിൽ പുള്ളി ശീട്ടുകൾ. ആ വിദ്യ കാണണോ...?”

ചിന്തു തലയാട്ടി. പെട്ടി തുറന്ന് കാക്കാലൻ പുള്ളി ശീട്ടുകൾ പുറത്തെടുത്തു. ഓരോന്നായി അട്ടിയട്ടിവെച്ച് മുകളിലും താഴെയും കൈപ്പത്തി വെച്ച് പെട്ടെന്ന് മുകളിലെ കൈപ്പത്തി ഉയർത്തി. ശീട്ടുകൾ ഒന്നോടൊന്ന് തൊട്ടുകൊണ്ട് മലപോലെ ആകാശത്തുയർന്നു.

ചിന്തു വായ പൊളിച്ചു.

പരസ്പരം ഒട്ടിക്കാത്ത ശീട്ടുകൾ വേഗത്തിൽ വീശി കാക്കാലൻ ആകാശത്തിൽ വട്ടം വരച്ചു. ചതുരം വരച്ചു. സരിഗമപതനിസ എന്ന് പാടിപ്പാടി എഴുതി. ഒടുവിൽ നോക്കുമ്പോൾ ശീട്ടുകൾക്കൊന്നിനും പുള്ളിയില്ല...!

വീണ്ടും ശീട്ടുകൾ കശക്കി മറിച്ചതും എല്ലാത്തിനും പുള്ളികൾ വന്നു...!!!

ചിന്തു താളത്തിൽ ഒന്നെടുത്തു നോക്കി. ഒരുവശത്ത് ഏതോ ഈശ്വരന്റെ ചിത്രം. മറുവശത്ത് നാലഞ്ചു പുള്ളി. ചിരിച്ചുകൊണ്ട് കാക്കാലൻ ആ ശീട്ടുകൾ വാങ്ങി. വായുവിൽ വീശി ചിന്തുവിനു കാണിച്ചു. ചിന്തു ശീട്ടു നോക്കി. ഇപ്പോൾ ഈശ്വരൻ അവിടെ തന്നെയുണ്ട്. ഒന്നിനും പുള്ളിയില്ല..!! ചിന്തു മിഴിച്ച് ഇരുന്നു. കാക്കാലന് ചിരിമാത്രം. ഇപ്പോഴെങ്ങിനെയെന്ന് പറയുന്നപോലെ അയാൾ ചിന്തുവിന്റെ കവിളിൽ തട്ടി.

ചിന്തു സഞ്ചി ചൂണ്ടി.

"അതിലെന്താ...?"

"അതിലോ...? അതിലൊരു പൈക്കുട്ടിയുണ്ട്...!!"

"പൈക്കുട്ടി സഞ്ചിയിലോ...?!!"

"ഉം...കാണണോ...?"

ചിന്തുവിന് വിശ്വാസം വന്നില്ല. പൈക്കുട്ടിയോ...?

അതും ഒരു സഞ്ചിയിൽ കൊള്ളുന്ന പൈക്കുട്ടിയോ...?

ചിന്തുവിന് പൈക്കുട്ടിയെ കാണാൻ ധൃതിയായി.

കാക്കാലന്ന് ഒരു കൂസലുമില്ല. അയാൾ സഞ്ചി ചിന്തുവിന്ന് മുന്നിലേക്കു നീക്കി സാവകാശം തുറന്നു കാണിച്ചു. തുറന്ന സഞ്ചിക്കുള്ളിൽ ഒരു ചെറിയ പൈക്കുട്ടി.

പഞ്ഞിയുടെ നിറം. കറുത്ത കൊച്ചു മൂക്ക്. പശു കണ്ണു മിഴിച്ച് ചിന്തുവിനെ നോക്കി ഒന്നു ചിരിച്ചപോലെ. ചിന്തു തൊട്ടു നോക്കാൻ ഭാവിച്ചതും കാക്കാലൻ തടഞ്ഞു.

"പാടില്ല. തൊട്ടാൽ പൈക്ക് വേദനയാവൂലേ..."

ചിന്തുവിനും അത് ശരിയാണെന്നു തോന്നി. കൊച്ചു പൈയ്യല്ലേ. ഒന്നു വിരൽ തൊടുന്നത് ഒരു മരം ദേഹത്ത് വീഴുന്നതിന് തുല്യമാവും.

വേണ്ട, തൊടണ്ട.

പിന്നീടങ്ങോട്ട് ചിന്തുവിനു നിറയെ ചോദ്യങ്ങളായിരുന്നു.

കാക്കാലനു നിറയെ ഉത്തരങ്ങളും.

ചിന്തു ഓരോന്നും ചൂണ്ടിക്കാട്ടി.

കാക്കാലൻ ചിന്തു ചൂണ്ടിയതോരോന്നും തൊട്ടുകാട്ടി.

"അതെന്താ...?"

"അത് വാദ്യം."

"വാദ്യത്തിലെന്താ...?"

"വാദ്യത്തിൽ താളം..."

"താളത്തിലെന്താ?"

"താളത്തിൽ മേളം."

"മേളത്തിലെന്താ...?"

"മേളത്തിൽ രാഗം..."

"രാഗത്തിലെന്താ...?"

"രാഗത്തിൽ മോഹം..."

"മോഹത്തിലെന്താ...?"

"മോഹത്തിൽ രൂപം."

"ആരുടെ രൂപം...?"

"കാക്കാലന്റെ രൂപം..."

ചൂണ്ടിക്കാണിച്ചു ചൂണ്ടിക്കാണിച്ചു ചിന്തുവിന്റെ വിരൽ അവസാനം ചെന്നു നിന്നത് മറ്റൊരു ചതുരപ്പെട്ടിയിൽ. അതൊരു വെള്ളിക്കെട്ടിയ ചതുരപ്പെട്ടിയായിരുന്നു. താക്കോൽ ദ്വാരത്തിൽ ഒരു പൂ ഇറുക്കിവെച്ചിരുന്ന ചതുരപ്പെട്ടിയായിരുന്നു.

ചിന്തു അത് തൊട്ടത് കാക്കാലൻ കണ്ടു.

ഇനിയുള്ള ചോദ്യവും എന്താണെന്ന് കാക്കാലൻ അറിഞ്ഞു.

കാക്കാലൻ ഓർത്ത് ചിരിച്ചത് ചിന്തുവും കണ്ടു.

അവൻ ആ പെട്ടി കയ്യിലെടുത്ത് കാക്കാലനു നീട്ടി.

"ഇതിനുള്ളിലെന്താ...?"

അത് തിരികെവാങ്ങി, ഒന്നു തൊട്ടു തഴുകി കാക്കാലൻ ചോദിച്ചു.

"ഇതിനുള്ളിൽ എന്താണെന്ന് കുട്ടിക്ക് അറിയണോ...?"

"ഉം..."

"എന്നാൽ പറഞ്ഞുതരാം. ഇതിലേ... ഇതിനുള്ളിലേ... ഒരു മഴ വില്ലാണ്."

"മഴവില്ലോ...!!?"

"ആ... മഴവില്ല്. വലുതായി വലുതായി വളരുന്ന മഴവില്ല്. ചെറുതായി ചെറുതായി ചെറുതാവുന്ന മഴവില്ല്."

"എനിക്കു കാണിച്ചുതര്വോ...?"

"പിന്നെന്താ, കാണിച്ചു തരാമല്ലോ. ഇതാ നോക്കിക്കോ."

ചിന്തു ശ്വാസം പിടിച്ചു.

കാക്കാലൻ പതുക്കെപ്പതുക്കെ പെട്ടി തുറക്കാൻ ഒരുങ്ങിയതും ചിന്തുവിന്റെ കൈയ്യിൽ ആരോ പിടിച്ചു. ചിന്തു ഭയന്നു.

മുന്നിൽ അലമേലു.

ഓടിത്തളർന്ന് കിതയ്ക്കുന്ന അലമേലു.

തുറന്ന പെട്ടി കാക്കാലൻ പെട്ടെന്നു തന്നെ പൂട്ടി. അലമേലു വന്ന തിടുക്കത്തിൽ കാക്കാലൻ സ്വല്പം തുറന്ന പെട്ടിക്കുള്ളിലെ മഴവില്ല് ചിന്തുവിന് കാണാൻ കഴിഞ്ഞില്ല. അതിനു മുൻപേ അലമേലു ചിന്തുവിനെ തൂക്കിയെടുത്തു.

"എന്ത് വികൃതിത്തരാ ചിന്തു കാണിച്ചത്. ഞാൻ പേടിച്ചു പോയില്ലേ എന്റെ കുട്ടീ."

ചിന്തുവിന് കോപം വന്നത് ആരോടാണെന്നറിയില്ല. വരുന്നില്ലെന്നു പറഞ്ഞുകൊണ്ട് ചിന്തു അലമേലുവിന്റെ കൈപിടിച്ചു കടിച്ചു.

"അയ്യോ..." ചെറുതായി ഒന്നു നിലവിളിച്ചെങ്കിലും അലമേലു ചിന്തുവിലെ പിടി വിട്ടില്ല. ആൾക്കൂട്ടം വഴിമാറി.

അരുതേ അരുതേയെന്നു പറയണമെന്നു കാക്കാലനു തോന്നി. പിന്നീടെന്തോ കാക്കാലനതു പറഞ്ഞില്ല. എന്തിനാണ് പറയുന്നത്...? അതാരുടെയോ കുഞ്ഞ്. ആരോ ഉമ്മ കൊടുക്കുകയും തല്ലുകൊടുക്കുകയും ചെയ്യുന്ന കുഞ്ഞ്.

കാക്കാലൻ കളി നിർത്തി. മതി. കുട്ടികൾ കരഞ്ഞാൽ അന്ന് പിന്നെ കാക്കാലന് കളിക്കാൻ കഴിയില്ല.

എട്ട്

കുതിരവണ്ടിക്കാരൻ

കാൽമുട്ടിൽ മുഖം കുനിച്ചു വെച്ച് ചിന്തു റിക്ഷയിൽ ഇരുന്നു. ബുൾ ബുളിന്റെ കവിളിൽ കണ്ണുനീരിന്റെ പാട്. അവൾ ചിന്തുവിന്റെ മുഖം പിടിച്ചുയർത്തുവാൻ ശ്രമിച്ചുകൊണ്ടിരുന്നു.

"ഞാൻ എണ്ണി തീർന്നതും ചിന്തുവിനെ നോക്കി.

ചിന്തു എന്തിനാ ഒളിച്ചോടിയേ..?"

ചിന്തു ഉത്തരം പറഞ്ഞില്ല. മനസ്സു നിറയെ ആ മഴവില്ലു മാത്രം.

തുറന്ന പെട്ടിയിൽ കാണാതെ അടച്ചുപോയ മഴവില്ലു മാത്രം.

മഴവില്ല് മനസ്സിന്റെ ആകാശത്തിൽ തങ്ങി നിൽക്കുന്നു.

ചിന്തു ഒന്നും അറിഞ്ഞില്ല.

ഒന്നും കേട്ടില്ല.

എന്തൊക്കെയോ കൈവിട്ടു പോയിരിക്കുന്നു.

അലമേലു ഇടയ്ക്കിടെ റിക്ഷയിലേക്ക് തിരിഞ്ഞുനോക്കി. ചിന്തുവിന്റെ ഇരുത്തം പഴയപോലെ തന്നെ. ഉണ്ടായതത്രയും ചിന്തുവിന്റെ വീട്ടിൽ പറഞ്ഞാലോ? അല്ലെങ്കിൽ വേണ്ട. അവിടെ പറയാതിരിക്കുന്നതാണ് ഭംഗി. പറഞ്ഞാൽ അടിയുടെ പൊടിപൂരമാവും. അതേതായാലും വേണ്ട. കടി കിട്ടിയ ഭാഗം തിണർത്തിട്ടുണ്ട്. കൊച്ചുകുട്ടിയല്ലേ കടിച്ചത്. അതാവാം കൊച്ചു തിണർപ്പ്. അലമേലുവിന് ചിന്തുവിനോട് ദേഷ്യം തോന്നിയില്ല. അവനെ അവിടെ നിന്നും തൂക്കിയെടുത്തു കൊണ്ടുവന്നത് തന്റെ തെറ്റ്. കുറെ നേരം കൂടി അവിടെതന്നെ ഇരുത്താമായിരുന്നു. കാക്കാലനെ അവൻ അത്രയേറെ ഇഷ്ടപ്പെട്ടു കാണണം. അയാൾ വിദ്യകൾ കാട്ടി അവനെ വീഴ്ത്തിയിരിക്കണം.

എന്നാലും താനെങ്ങനെ അവനെ അവിടെ തന്നെ ഇരുത്തും...? അവന്റെ കൂടെ ഒരുപാട് നേരം അവിടെ തന്നെ ഇരിക്കാനും അധികാര മില്ല. സമയംതെറ്റി ക്ലാസ്സിൽ ചെന്നാൽ സത്യവതിടീച്ചർ കാരണം

തിരക്കും. എന്തെങ്കിലും പറഞ്ഞ് ഒഴിഞ്ഞു മാറാം. പക്ഷേ, സത്യവതി ടീച്ചർ, വലിയ സത്യവതി ചമഞ്ഞ്... എന്തിനേ ചിന്തു അന്ന് നേരം വൈകീ നീ എന്ന് പിന്നീടെപ്പോഴെങ്കിലും ചിന്തുവിന്റെ മമ്മിയോട് ചോദിച്ചാൽ തന്റെ അന്നം മുടങ്ങിയതു തന്നെ. ചിന്തുവിന് ആ പൊല്ലാപ്പ് അറിയില്ല. അവൻ കൊച്ചുകുട്ടി.

അലമേലു പാടിയ പാട്ടുകളത്രയും മറന്നു. പാട്ടുകൾ മാത്രമല്ല, മനസ്സിൽ ഓർമ്മിച്ചുവെച്ചതെല്ലാം മറന്നു. ചെറിയ ഒരു കുറ്റബോധം അലമേലുവിനെ വേട്ടയാടി.

എല്ലാം കാക്കാലന്റെ പണിയാണ്. കാക്കാലനെന്തിനാണ് വഴിയോരത്തു തന്നെ നിന്നുകൊണ്ട് താളം കൊട്ടിയത്? എന്തിനാണ് ചിന്തുവിനു തന്നെ ചെപ്പു തുറന്നു കാണിച്ചത്. കയ്യിൽ കിട്ടാത്ത സൗന്ദര്യങ്ങളെക്കുറിച്ച് കുട്ടികളോട് ഒന്നും പറയരുതായിരുന്നു. എടുത്തു കൊടുക്കാൻ കഴിയാത്തവ അവർക്ക് ചൂണ്ടിക്കാണിച്ചുകൊടുക്കരുതായിരുന്നു.

സ്വയം പഴിപറഞ്ഞും, വിശകലനംചെയതും, ഇടയ്ക്കിടെ റിക്ഷയിലേക്കു തിരിഞ്ഞുനോക്കിയും, വീണ്ടും പാടുവാനൊരുങ്ങിയും അലമേലു റിക്ഷ ചവിട്ടി.

ഇനിയുള്ളത് ഒരു കയറ്റമാണ്.

ചിന്തു ക്ലാസ്സിൽ എത്തുമ്പോൾ സത്യവതിടീച്ചർ,.., വൺ ടൂ ബക്കിൾ ദ ഷൂ,.... എന്ന പാട്ട് പാടുകയായിരുന്നു. ബുൾബുൾ സാധാരണ പാടാറുള്ള നേഴ്സറി റൈം ആണത്. സത്യവതിടീച്ചറെന്തിനാണ് അത് ഈ ഒന്നാം ക്ലാസ്സിൽ പാടുന്നത്. നേരം വൈകിച്ചെന്ന കുറ്റബോധത്തോടെ തന്റെ ബഞ്ചിൽചെന്ന് ഇരിക്കുമ്പോൾ ചിന്തു അങ്ങനെ ഓർത്തു. പാട്ടു പാടിക്കഴിഞ്ഞതും ടീച്ചർ മേശ തുറന്ന് ആദ്യം ചൂരൽ പുറത്തെടുത്തു വെച്ചു. പിന്നെ ചോക്ക്.

പിന്നെ ബോർഡ് തുടക്കുന്ന ഡസ്റ്റർ. ഏറ്റവും ഒടുവിൽ പുസ്തകവും. ടീച്ചർ പുസ്തകം നിവർത്തുന്നതിനു മുൻപുതന്നെ എല്ലാവരും പുസ്തകം നിവർത്തി കഴിഞ്ഞിരുന്നു. ടീച്ചർ ഒരു കണക്ക് ബോർഡിലിട്ടു. പലർക്കും അതിന്റെ ഉത്തരം കിട്ടി. ചിന്തുവിന് കിട്ടിയില്ല. ടീച്ചർ വീണ്ടും ഒരു കണക്ക് ബോർഡിലിട്ടു. ചിന്തുവിന് അപ്പോഴും അതിന്റെ ഉത്തരം കിട്ടിയില്ല. പിന്നീട് ടീച്ചർ ഒരു മനഃക്കണക്ക് പറഞ്ഞു. ചിന്തുവിന് അത് മനസ്സിൽ തെളിഞ്ഞില്ല. എന്തുപറ്റിയെന്ന് സത്യവതിടീച്ചർ ചിന്തുവിന്റെ അരികിൽ വന്നു പതുക്കെ ചോദിച്ചു. ചിന്തു ആ ചോദ്യം തന്നെ കേട്ടില്ല.

ടീച്ചർ അവനെ പിടിച്ചെഴുന്നേൽപ്പിച്ചു.

"ചിന്തു എന്താ ഈ ആലോചിക്കുന്നത്..?"

"ഒന്നൂല്യ.."

"പിന്നെന്താ കണക്കൊക്കെ തെറ്റുന്നത്..?"

അപ്പോഴും ചിന്തു പറഞ്ഞു.

"ഒന്നൂല്യ."

ആദ്യത്തെ ക്ലാസ്സിൽ കണക്കു തെറ്റിയതിന് ചിന്തുവിന് നാലു നുള്ളു കിട്ടി.

രണ്ടാമത്തെ ക്ലാസ്സിൽ കേട്ടെഴുത്ത് തെറ്റിയതിന്ന് ചെവി തിരുമ്മി ത്തിരുമ്മി ടീച്ചർ

ചെമ്പരത്തിപ്പൂവാക്കി. മൂന്നാമത്തെ ക്ലാസ്സിൽ മനഃപാഠം ചൊല്ലേണ്ട കവിത മനസ്സിലേ തെളിയാതെ ചിന്തു നോക്കുക്കുത്തി മാതിരി നിന്നു. നാലാമത്തെ ക്ലാസ്സിൽ ചിന്തു

കരച്ചിലിന്റെ വക്കിലെത്തി. പിന്നീട് ടീച്ചർ അവനോട് ഒന്നും ചോദി ച്ചില്ല. അവൻ മേശമേൽ തല കുനിച്ച് ഇരുന്നു.

മുന്നോട്ടും പിന്നോട്ടും നോക്കിയില്ല.

ചിന്തുവിന്ന് ആരേയും കാണണ്ട. മനസ്സു നിറയെ കാക്കാലൻ. കണ്ണീരു വന്നു

നിറഞ്ഞ കൺപോളകൾക്കുള്ളിൽ കാക്കാലന്റെ ചെപ്പിനുള്ളിലെ മഴ വില്ലു മാത്രം.

ബെല്ലടിച്ചതും മൂത്രമൊഴിക്കാൻ കുട്ടികൾ പുറത്തിറങ്ങിയതും ചിന്തുവും മുറ്റത്തിറങ്ങി. ചുറ്റുംനോക്കി. അകലെ പാതി തുറന്ന ഗെയ്റ്റ്. ഗെയ്റ്റിനപ്പുറത്തുനിന്നും കാറ്റിന്റെ ഊഞ്ഞാലുകൾ കൈമാറി കൈമാറി കാക്കാലന്റെ വാദ്യമേളം തന്നെ തേടിയെത്തുന്നുവെന്ന് ചിന്തുവിന്നു തോന്നി. ഓടിച്ചെന്നാൽ കണ്ണുനിറയെ കാണാം. കാതുനിറയെ കേൾക്കാം. ചിന്തു ഒന്ന് ചുറ്റും നോക്കി. ശ്രദ്ധിച്ചു ശ്രദ്ധിച്ച് ഗെയ്റ്റ് വരെ പതുക്കെ നടന്നു. ഗെയ്റ്റ് കഴിഞ്ഞതും കാറ്റിന്റെ വേഗതയിൽ കാക്കാ ലൻ ചെപ്പുകൾ വെച്ചു കളിയാടിയ വഴിയോരത്തെ പുൽപ്പരപ്പും തേടി ചിന്തു ഒറ്റ ഓട്ടം ഓടി.

സ്കൂളിൽ വീണ്ടും മണി മുഴങ്ങി. ചിന്തു ഓട്ടത്തിനിടയിലും ചെവി പൊത്തി. വഴിയോരത്തെ പുൽപ്പരപ്പിൽ ഓടിയെത്തിയപ്പോൾ വഴി തെറ്റിയോ എന്ന് ചിന്തുവിന്നു സംശയം തോന്നി. ഇല്ല. വഴി തെറ്റിയിട്ടില്ല. അതേ പുൽപ്പരപ്പ്, കാറ്റിൽ ഇപ്പോഴും വാദ്യമേള ധ്വനി. ഒഴിഞ്ഞ പുൽപ്പര പ്പിൽ, കൂട്ടംകൂടി നിന്നവരുടെ കാലടിപ്പാടുകൾ. അവയ്ക്കിടയിൽ കാക്കാ ലന്റെ ജാലവിദ്യകളുടെ നുറുങ്ങുകൾ. ചിന്തു ദുഃഖത്തോടെ ചുറ്റും നോക്കി നിന്നു. എവിടേയും കാക്കാലനില്ല. ഇനി ഏതു വഴിക്കായിരിക്കും കാക്കാ ലൻ പോയിരിക്കുക..?

ഒരു വഴി തെളിഞ്ഞു കിട്ടുവാനെന്നപോലെ ചിന്തു ചിലരോടൊക്കെ ചോദിച്ചു. നേരെയാണ് പോയതെന്ന് കേട്ടറിഞ്ഞ ഒരു കൂട്ടർ പറഞ്ഞു. ആ വളവു തിരിഞ്ഞ് മതിൽ ചാടിയാണ് പോയതെന്ന് വഴിയിൽ കടലാസുകൾ പെറുക്കാൻ വന്ന ഒരു കൊച്ചുകുട്ടി പറഞ്ഞു. എങ്ങോട്ടും പോയിരുന്നില്ലെന്നും ഇവിടെ തന്നെ ഉണ്ടായിരുന്നുവെന്നും എന്നിട്ടിപ്പോൾ എങ്ങോട്ടാണ് പോയതെന്ന് അറിയില്ലെന്നും പുൽപ്പരപ്പിൽ കിടന്നുറങ്ങാൻ വട്ടം കൂട്ടുന്ന ഒരു ഭിക്ഷക്കാരൻ പറഞ്ഞു.

ചിന്തുവിന് ഒരു വഴിയും തെളിഞ്ഞു കിട്ടിയില്ല. ആകപ്പാടെ ഒരു അങ്കലാപ്പ്. കാക്കാലനെവിടെ...? കാക്കാലൻ കാണിച്ചുതരാം എന്നു പറഞ്ഞ മഴവില്ലെവിടെ..? ഈവഴി പോയാലോ...? ചിന്തു സ്വയം ഒന്നാലോചിച്ചു. വേണ്ട. ഈ വഴി ചെല്ലുന്നത് സ്ക്കൂളിലേക്കാണ്. ആ വഴി പോയാലോ...? അതതിലും കഷ്ടം. ആ വഴിയേയാണ് അലമേലു റിക്ഷ ചവിട്ടി വരിക.

ആ കാണുന്ന വഴിയോ..? അതിന്റെ അതിരിൽ വളവുതിരിയുന്നിടത്ത് സ്വല്പം ഇരുട്ടുണ്ട്. ഇരുട്ടുള്ള വഴി അത്ര നന്നല്ലെന്ന് മോട്ടി പറയാറുണ്ട്. പിന്നെ ഒരേയൊരു വഴിയേയുള്ളൂ. അമ്പലത്തിന്റെ മതിലിനോട് ചേർന്നുള്ള ഊടുവഴി.

ചിന്തു ആ വഴിയും നോക്കിനിന്നു. മതിലിനപ്പുറം അമ്പലം. അമ്പലക്കുളത്തിന്റെ പടവിൽ ആരവം. ആരവത്തിനിടയിൽ കാക്കാലന്റെ ചിരിയുടെ തിര നോട്ടം. ചിന്തുവിന് അശേഷം സംശയം വന്നില്ല. കാക്കാലൻ പോയത് ആ വഴി തന്നെ.

ചിന്തു ആ വഴി നടന്നു. കാക്കാലനെ കാണാതെ... മഴവില്ല് കാണാതെ... ഇനി തിരിച്ചുവരില്ല... മോട്ടിയാണ് സത്യം. ബുൾബുളാണ് സത്യം. തിരിച്ചുവരില്ല. ചിന്തു തിരിച്ചുവരില്ല.

അമ്പലത്തിന്റെ ചുറ്റുമതിലിന്ന് ആറാൾ പൊക്കമുണ്ടെന്നു ചിന്തുവിനു തോന്നി. അപ്പോൾ കൊടിമരത്തിനോ. ആകാശം തുളയ്ക്കുന്ന പൊക്കമെങ്കിലും കാണും. ഇതിന്നു മുൻപ് തനിച്ച് ഇവിടെയൊന്നും വന്നിരുന്നില്ല. എന്നിട്ടും വഴിയെല്ലാം മുൻപ് കണ്ടതുപോലെ. ചുറ്റമ്പലംകടന്ന്, ഉള്ളിൽ ഒന്ന് പ്രദക്ഷിണംവെച്ച്, തിടപ്പള്ളിയിലെങ്ങാനും കാക്കാലൻ കിടന്നുറങ്ങുന്നുണ്ടോന്ന് നോക്കിയ ശേഷം ചിന്തു കുളക്കടവിലെത്തി.

ആളൊഴിഞ്ഞ കുളക്കടവിൽ, അരയിൽ കോണകവുമായി ഒരു വയസ്സൻ. അയാൾ തുവർത്ത് മറ്റൊരു കോണകം പോലെയാക്കി പുറത്തെ നനവ് തുവർത്തുന്നു.

അയാൾ ചിരിച്ചെങ്കിലും ചിന്തു വഴി ചോദിച്ചില്ല. അമ്പലക്കുളം കഴിഞ്ഞ് ഒറ്റയടിപ്പാത ഇറങ്ങുന്നത് ഒരു ഊടുവഴിയിലേക്ക്. ഇരുവശവും ചെമ്പരത്തിക്കാട്. ചിന്തു ആ ചെമ്പരത്തിക്കാട്ടിലൂടെ ഒറ്റ ഓട്ടം ഓടി.

ചെന്നു കയറിയത് ഒരു മൈതാനത്ത്. മൈതാനത്ത് കുറച്ച് പശുക്കൾ മാത്രം. അവിടെങ്ങും കാക്കാലനില്ല. അകലെയകലെ മൈതാനം

അവസാനിക്കുന്നിടത്ത് ഒരു ആൾക്കൂട്ടം ചിന്തു കണ്ടു. സൂക്ഷിച്ചുനോക്കി. അതെ, ആൾക്കൂട്ടംതന്നെ. ചിന്തു കാതോർത്തു. ആരവം കേൾക്കുന്നുണ്ടോ...? വാദ്യമേളം കേൾക്കുന്നുണ്ടോ...? ഉണ്ടെന്ന് കാറ്റു പറഞ്ഞു. ഓടിയോടി അവിടെയെത്താൻ കാറ്റു പറഞ്ഞു.

ചിന്തു മൈതാനം കുറുകെ ഓടി. ഓടിയെത്തി നോക്കുമ്പോൾ അതൊരു കച്ചവടമാണ്. ചെറിയൊരു മത്സ്യച്ചന്ത. ചിന്തു മൂക്കുപൊത്തി ഓരം ചേർന്നു നിന്നു.

കരച്ചിൽ ഒരു ചെറുതിരയായി മനസ്സ് വന്നു മൂടി.

കാക്കാലനെവിടെ...?

വീണ്ടും ഇറങ്ങിയത് മറ്റൊരു പാടത്തേക്ക്. നടുവിൽ വീതിയുള്ള വരമ്പ്. അറ്റമില്ലാത്ത പാടത്തിന്റെ വരമ്പിലൂടെ നടന്നു നടന്ന് ചിന്തുവിന്റെ കാൽ കുഴഞ്ഞു. തലക്കു മുകളിൽ മായാ വളയങ്ങൾ വട്ടമിട്ടു. കണ്ണിൽ നിറങ്ങളുടെ നൃത്തം തുടങ്ങി. ദുഃഖവും തളർച്ചയും ചിന്തുവിന്റെ ഇരു കയ്യും പിടിച്ച് പതുക്കെ ക്ഷണിച്ചു. വാ ഇവിടെ ഇരിക്കാം.

ചിന്തു തളർച്ചയോടെ ഒരു മരത്തണലിൽ ഇരുന്നു. ചുറ്റുമുള്ള വയലിലെ ഒരടി പൊക്കത്തോളം വളർന്ന നെല്ലിൽ നിറയെ തുമ്പികൾ. ചിന്തു പതുക്കെ മരത്തിൽ ചാരി മുകളിലേക്ക് നോക്കി. നല്ല ഒരു മരം. വലിയ ഓലക്കുടപോലെ.

ആകാശത്തേക്ക് നോക്കി.

ഒരൊറ്റ മഴവില്ലുപോലുമില്ല.

എല്ലാം കാക്കാലൻ സഞ്ചിക്കുള്ളിലാക്കിയില്ലേ.

തളർച്ച മാറട്ടെ.

ഇനിയും നടക്കണം.

നടന്നു നടന്ന് കാക്കാലനെ കണ്ടുപിടിക്കണം. മഴവില്ല് ചോദിക്കണം. കയ്യിലെടുക്കണം. എല്ലാവരേയും കാണിക്കണം. എല്ലാവർക്കും നോക്കാൻ കൊടുക്കണം. ഒടുവിൽ ഭദ്രമായി തിരിച്ചുവാങ്ങി, കാക്കാലനോട് സമ്മതംവാങ്ങി ആകാശത്തിൽ തന്നെ കൊണ്ടുവെക്കണം.

അങ്ങനെ ഓരോന്നോർത്തിരിക്കെ നെല്ലിൻ ഇലകൾക്കിടയിൽനിന്നും തുമ്പികൾ കൂട്ടത്തോടെ ആകാശത്തേക്കുയർന്നു. ചിറകുകൾ കൂട്ടിയുരുമ്മി അവ ചിന്തുവിനു ചുറ്റും പറന്നു പറന്ന് കളിച്ച് ഒന്നായി ഒരു വലിയ കുഴൽപോലെ ആകാശത്തേക്കുയർന്നു.

ഇതെന്തദ്ഭുതം എന്നോർത്തിരിക്കെ ആകാശത്തിന്റെ നിറം മാറുന്നതായി ചിന്തുവിന് തോന്നി.

അവൻ കണ്ണു തിരുമ്മി,

ശരിയാണ്, ആകാശത്തിന്റെ നിറം പതുക്കെ പതുക്കെ മാറി മാറി വരുന്നു.

ചിന്തു കൗതുകത്തോടെ നോക്കി ഇരുന്നു.

വെളുത്ത മേഘങ്ങൾക്കു മേൽ പടർന്നു കയറിയ ചാരനിറം കുങ്കുമ വർണ്ണമായി. ഒരു ചെറിയ കാറ്റ് വീശി. കാറ്റ് മരത്തിന്റെ ഇലകളൊക്കെ കുലുക്കി വീഴ്ത്തി. ഇല കൊഴിഞ്ഞ കൊമ്പിൽ നിന്നും പെട്ടെന്ന് മുത്തു കൾപോലെ പൂക്കൾ ചിന്തുവിനു മേലേക്ക് വീണുകൊണ്ടിരുന്നു. കൗതുക ത്തോടെ പൂക്കളിലൊന്നെടുത്ത് ചിന്തു സൂക്ഷിച്ചു നോക്കി.

അലമേലുവിന്റെ മൂക്കുത്തി പോലെയുണ്ട്. നല്ല തിളക്കം. പൂക്കൾ കൊഴിഞ്ഞുകൊണ്ടിരുന്നു. സുഗന്ധമുള്ള കാറ്റ് വീശിക്കൊണ്ടിരുന്നു. ആകാശത്തിന്റെ നിറം മങ്ങിക്കൊണ്ടിരുന്നു. വയലിനെ പകുത്തു നീളുന്ന വരമ്പിൽ മണൽ വെള്ളിമണൽത്തരികളായി മാറി.. ചിന്തു നോക്കിയി രിക്കെ വെള്ളിമണൽ വരമ്പിന്നതിരിൽനിന്നും ഭംഗിയുള്ള ഒരു കുതിര വണ്ടി ഓടിയോടി ചിന്തുവനടുത്തേക്ക് വരികയായി.

മൂന്നു കുതിരകൾ ഉണ്ടെന്നു ചിന്തുവിന് തോന്നി. സൂക്ഷിച്ചുനോക്കി. അല്ല. ഇപ്പോൾ നാലു കുതിരകളുണ്ട്. വീണ്ടും സൂക്ഷിച്ചുനോക്കി. അദ്ഭുതം...!! നാല് ഏഴായി.

ഒന്നു വെളുപ്പാണെങ്കിൽ മറ്റൊന്ന് നീല. മറ്റൊന്ന് നീലയാണെങ്കിൽ ഇനിയും ഒന്ന് ഇളം ചുവപ്പ്. നീല കുതിരയ്ക്കും വെളുത്ത കുതിരയ്ക്കും ഇടയിൽ ചിലപ്പോൾ ചിന്തു ഒരു പച്ച കുതിരയെ കണ്ടു. വീണ്ടും സൂക്ഷിച്ചു നോക്കിയപ്പോൾ പച്ച മാത്രമല്ല, പച്ചയെ കൂടാതെ മഞ്ഞ കുതി രയെയും കണ്ടു. വെള്ളിമണൽ വരമ്പിലൂടെ ഒഴുകിയൊഴുകി വന്നു വന്ന് കുതിരവണ്ടി ചിന്തുവിനു മുന്നിൽ നിന്നു. വണ്ടിക്കുള്ളിൽ ഒരു വണ്ടി ക്കാരൻ.

ചിന്തുവിന്റെ പ്രായം. തൂവെള്ള വേഷം. ഓറഞ്ചുനിറമുള്ള മുഖം. വാലിട്ടെഴുതിയ കണ്ണ്. നെറ്റിയിൽ നക്ഷത്രപൊട്ട്. ചിന്തുവിന് ഒരു കുലു ക്കവുമില്ല. ആകെപ്പാടെ കൊള്ളാം എന്ന മട്ട്.

കുതിരവണ്ടിക്കാരൻ സൗഹൃദത്തോടെ കൈ നീട്ടിയതും ചിന്തുവിനും കൈ നീട്ടാതിരിക്കാൻ കഴിഞ്ഞില്ല. അവൻ പതുക്കെ ആ വിരലുകളിൽ തൊട്ടു. അത് ബുൾബുൾ പറയാറുള്ളതുപോലെ ശരിക്കും ഒരു ഷെയ്ക്ക് ഹാൻഡായി.

"ചിന്തു എന്തിനാ ഇവിടെ ഇരിക്കുന്നത്..?"

"വെറുതെ..."

"വെറുതെയല്ല. എന്തോ കാര്യമുണ്ട്..."

ചിന്തു കുതിരവണ്ടിക്കാരനെ സൂക്ഷിച്ചു നോക്കി.

സത്യം പറഞ്ഞാലോ..?

കാക്കാലന്റെ അടുത്തേക്കുള്ള വഴി കാണിച്ചു തരാൻ ഈ വണ്ടി ക്കാരനു കഴിയുമോ?

ചിന്തു വീണ്ടും പറഞ്ഞു.

"വെറുതെ."

"വെറുതെയല്ല. എന്തോ കാര്യമുണ്ട്. ഞാൻ പറയട്ടെ എന്താ കാര്യംന്ന്.."

"എന്താ കാര്യം..?"

"കാക്കാലനെ കാണണം.."

ചിന്തു അതിശയിച്ചു. ഈ വണ്ടിക്കാരനെങ്ങനെ ഇത്ര കൃത്യമായി തന്റെ മനസ്സിലുള്ളതറിഞ്ഞു..!! ചിന്തുവിന്റെ മനസ്സിൽ നിറഞ്ഞതത്രയും ഇതിനു മുൻപ് ഒരാളെ കണ്ടുപിടിച്ചിട്ടുള്ളൂ.

ചിന്തുവിന്റെ ചേച്ചിമാത്രം.

ഇവനാരെടാ ഈ വണ്ടിക്കാരൻ...!!

വണ്ടിക്കാരൻ നേരിയ ചിരിയോടെ ഇരുന്നു.

“എന്താ പറഞ്ഞത് ശരിയല്ലേ...?”

ചിന്തു അതെയെന്നു തലകുലുക്കി.

“എന്നാൽ വരുന്നോ..? ഞാൻ കാണിച്ചുതരാം കാക്കാലനെ.”

“എങ്ങനെ കാണിച്ചുതരും...?”

“കാക്കാലൻ ഞങ്ങളുടെ നാട്ടിലുണ്ട്.”

“നിങ്ങളുടെ നാട്ടിലോ...?!!!”

“അതെ. ഞങ്ങളുടെ നാട്ടിൽ. എന്താ വരുന്നോ...?”

“എങ്ങനെ വരും...?”

“അതിനല്ലേ ഈ വണ്ടി. ഇതിൽ കയറിയാൽ മതി, ഈ കുതിരകൾ നമ്മെ അവിടെ എത്തിക്കും. അവിടെ ആരൊക്കെയുണ്ടെന്ന് അറിയാമോ? വന്നു നോക്ക്, അപ്പോൾ കാണാം.”

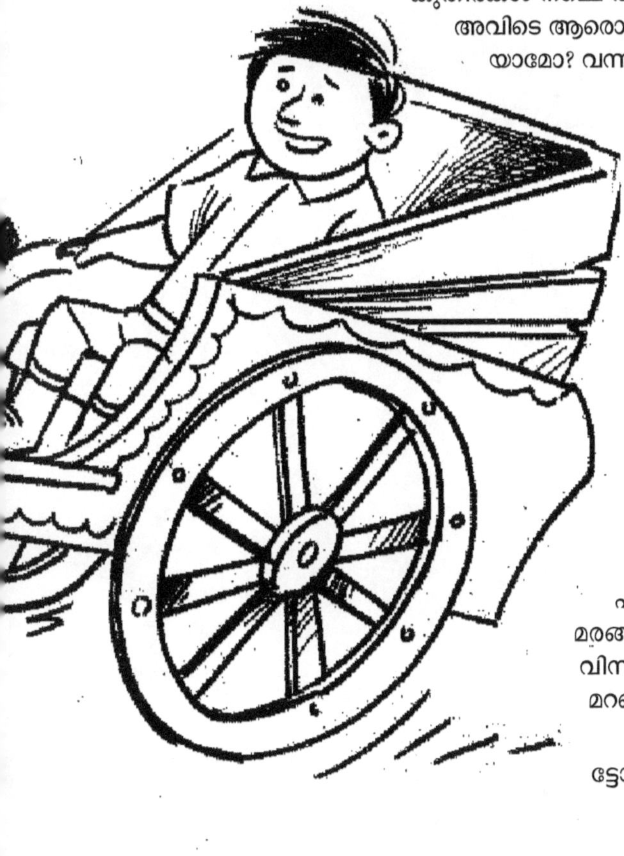

കേൾക്കേണ്ട താമസം ചിന്തു കുതിരവണ്ടിയിൽ കയറി വണ്ടിക്കാരന്റെ അടുത്ത് ഇരുന്നു. അതിൽ ഇരുന്നതും ആഴമുള്ള ഒരു മെത്തയിൽ കയറി ഇരുന്നതുപോലെ ആ ഇരിപ്പിടം താഴേക്കമർന്നു. ചുറ്റുമുള്ള പാടവും വെള്ളിമണൽ വരമ്പും പൂക്കൾ കൊഴിയുന്ന മരങ്ങളും എല്ലാം ചിന്തുവിന്നു മുന്നിൽ പെട്ടന്നു മറഞ്ഞതുപോലെ.

കുതിരകൾ മുന്നോട്ടോടി. ചിന്തു കുളമ്പടി

മാത്രം കേട്ടു. കുളമ്പടിശബ്ദം പിന്നെപ്പിന്നെ ആരോ പാടുന്ന താരാട്ടു പോലെയായി.

ആഴമുള്ള മെത്ത

പതമുള്ള മെത്ത

ആകാശംനിറയെ കുതിരകളുടെ താരാട്ടും.

ചിന്തു പതുക്കെ കണ്ണടച്ചു.

ചിന്തു അറിയാതെ ഉറക്കം ഇമകളെ പരസ്പരം പതുക്കെപ്പതുക്കെ ചിന്തുവിൽതന്നെ കോർത്തു വെച്ചു.

ഒമ്പത്
സൂര്യനെ തൊടാത്ത പൂമ്പാറ്റകൾ

വണ്ടിക്കാരൻ പതുക്കെ തൊട്ടപ്പോഴാണ് ചിന്തു കണ്ണു തുറന്നത്.

"നന്നായി ഉറങ്ങി അല്ലേ. ഇനി ഉറങ്ങാൻ പറ്റില്ല. ഇതാണ് ഞങ്ങളുടെ നാട്."

ചിന്തു ചുറ്റും നോക്കി. ഭംഗിയുള്ള സ്ഥലം. ഇതുവരെ കണ്ടിട്ടില്ലാത്ത സ്ഥലം. ഒരുവശം വിശാലമായ പുൽമേട്. അകലെയകലെ ആകാശത്തിന്റെ അതിര്. മറുവശം ഇടയ്ക്കിടെ ചെറിയ ചെറിയ പൂന്തോട്ടങ്ങൾ. ഉയരത്തിലുയരത്തിൽ കയറിയിറങ്ങി പോകുന്ന മലനിരകൾ. അവയ്ക്കിടയിൽ ആരുടെയൊക്കെയോ കുഞ്ഞു വീടുകൾ. രണ്ടിനുമിടയിൽ വെള്ളിമണൽ വരമ്പ്. വരമ്പിൽ ഒരിടത്ത് ചിന്തുവിന് ഇറങ്ങുവാനായി നിശ്ശബ്ദം നിൽക്കുന്ന കുതിരവണ്ടി.

"ചിന്തു ഇറങ്ങിക്കോളൂ..."

"ഞാൻ ഒറ്റയ്ക്കോ...!!?"

"ചിന്തു ഒറ്റയ്ക്കല്ല. ഇവിടെ ധാരാളം പേരുണ്ട്. ചിന്തുവിന്റെ ചേച്ചിയും അനിയത്തിയും നേരത്തെ വന്നിട്ടുണ്ട്. ചിന്തു എത്തിയതറിഞ്ഞാൽ എല്ലാവരും ഓടിയെത്തും."

"മോട്ടിയും ബുൾബുളും...?!!"

"അതെ മോട്ടിയും ബുൾബുളും."

ചിന്തുവിന് അതിരറ്റ സന്തോഷം തോന്നി. മോട്ടിയും ബുൾബുളും ഇവിടെ എത്തിയെന്നോ? ചിന്തു വന്നെന്നറിഞ്ഞാൽ അവർ ഓടിയെത്തുമെന്നോ? ചിന്തു ഇറങ്ങി നിന്നു. വണ്ടിക്കാരൻ വാതിലടച്ചു.

"ഞാൻ ഇവിടെ ഇറങ്ങില്ല. എനിക്കീ കുതിരവണ്ടി കൊണ്ടുപോയി ഒരിടത്ത് വെക്കണം. എപ്പോൾ ചിന്തുവിന്ന് തിരിച്ചു പോകണമെന്നു തോന്നുന്നോ അപ്പോൾ ഞാൻ വീണ്ടുംവരും."

"എവിടെയാണ് കുതിരവണ്ടി കൊണ്ടുപോയി വെക്കുന്നത്...?"

"അതാ അവിടെ..."

വണ്ടിക്കാരൻ ചൂണ്ടിയ ദിക്കിൽ ചിന്തു കണ്ടത് ആകാശത്തിന്റെ അതിർത്തി മാത്രം. അവിടെ എവിടെ വെക്കുമെന്ന് ചോദിക്കാൻ ചിന്തു ഒരുങ്ങുമ്പോഴേക്കും വണ്ടി നീങ്ങി.

ചിന്തു പതുക്കെ കൈവീശി. കുതിരവണ്ടി ഓടിയോടി ആകാശത്തിന്റെ അതിരിൽ അവ്യക്തമായി. ഒരു നിമിഷം ചിന്തുവിന്ന് ഇനി എന്തു ചെയ്യണമെന്ന് ഒരു പിടിയും കിട്ടിയില്ല. വിശാലമായ ഒരു പ്രദേശത്ത് തനിയെ. ഇടംവലം നോക്കി ചിന്തു നിശ്ചലം നിന്നു. എല്ലാവരും തന്നെ തേടി ഓടിയെത്തുമെന്നല്ലേ വണ്ടിക്കാരൻ പറഞ്ഞത്. ഓടിയെത്തട്ടെ. അല്ലാതെന്തു ചെയ്യും.

സുഗന്ധമുള്ള കാറ്റ് വീശി. എവിടെയോ നല്ല മണമുള്ള പൂക്കൾ വിരിഞ്ഞിരിക്കണം.

വീട്ടിലെ തോട്ടത്തിൽ ഇത്ര നല്ല മണമുള്ള പൂക്കൾ ഉണ്ടായിരുന്നില്ല. വിടരുന്ന പൂക്കൾ തൊട്ടു നോക്കാൻപോലും മമ്മിയും തോട്ടക്കാരനും സമ്മതിക്കില്ല. അതൊക്കെ ഓരോ അപൂർവ്വ പൂക്കളാണത്രെ. ഇവിടെ അതിലും അപൂർവ്വ പൂക്കൾ ഉണ്ടാകും. എത്ര വേണമെങ്കിലും പറിക്കാം. തൊട്ടു നോക്കാം. മാല കോർക്കാം. ചിന്തു പുൽപ്പരപ്പിൽ ഇരുന്നു. ഇപ്പോൾ സമയം എത്രയായിക്കാണും..? ആകാശത്തിൽ വട്ടത്തിൽ സൂര്യൻ. ചുകന്ന സൂര്യൻ. സന്ധ്യയായോ..? അതോ നേരം പുലർന്നതാണോ..? ഇങ്ങോട്ടു വരുമ്പോൾ കുതിരവണ്ടിയിൽ ഉറങ്ങിയതാണ് അബദ്ധമായത്.

ഉറങ്ങാതെ ഇരുന്നിരുന്നെങ്കിൽ സമയം തിരിച്ചറിയാമായിരുന്നു. ഒരു പക്ഷേ രാത്രി കഴിഞ്ഞു കാണണം. ഇവിടെത്തുമ്പോഴേക്കും നേരം പുലർന്നതാവണം.

ചിന്തു ചുകന്ന സൂര്യനേയും നോക്കി ഇരുന്നു. നല്ല രസമുണ്ട് സൂര്യനെ കാണാൻ. ഇതെങ്ങിനെയാണ് സൂര്യൻ ചുവന്നു തുടുക്കുന്നത്..? ഏതു കുട്ടികളാണ് സൂര്യന് ചുകപ്പു നിറം പൂശുന്നത്. സൂര്യൻ താഴേക്കു വന്നിരുന്നുവെങ്കിൽ എടുത്തു നോക്കാമായിരുന്നു.

സൂര്യൻ ഭഗവാനാണെന്നാണ് അലമേലു പറഞ്ഞത്. ഭഗവാൻ മനുഷ്യരുടെ അടുത്ത് വരില്ലത്രെ. പക്ഷേ മേരിസിസ്റ്റർ ബുൾബുളിനോട് പറഞ്ഞത് നേരെ തലകുത്തനെയാണ്. ഭഗവാൻ മാത്രമേ മനുഷ്യന്റെ അടുത്തു വരൂ. പ്രത്യേകിച്ചും കുട്ടികളുടെ അടുത്ത്. അതുകേട്ടപ്പോൾ മേരിസിസ്റ്റർ നോക്കി നിൽക്കെ ബുൾബുൾ സ്ക്കൂൾ മുറ്റത്തിറങ്ങി സൂര്യനെ നോക്കി താഴേക്കു വരാൻ പറഞ്ഞിരുന്നുവത്രെ.

എന്നിട്ടെന്തായി, വിളിച്ചതു മിച്ചം. സൂര്യന് ഒരു കൂസലുമില്ല. മേരിസിസ്റ്റർ ബുൾബുളിനെ സമാധാനിപ്പിച്ചു. ഇപ്പോൾ സൂര്യൻ ഉറങ്ങുകയാണ്. ഉറങ്ങുമ്പോൾ വിളിച്ചാൽ സൂര്യൻ വിളി കേൾക്കുമോ?

ബുൾബുൾ തിരിച്ചുചോദിച്ചു.

"പിന്നെ എപ്പഴാ സൂര്യന്ന് ഉറക്കംപോവ്വാ...?"

അത് മേരിസിസ്റ്റർക്ക് അറിയില്ലത്രെ.

പിന്നീട് സൂര്യനെ കാണുമ്പോഴൊക്കെ ബുൾബുൾ ചിന്തുവിനോട് പറയും.

"വിളിക്ക്, താഴേക്ക് വിളിക്ക്..."

ചിന്തുവും ബുൾബുളും ഒപ്പം കൈകൊട്ടി സൂര്യനെ വിളിക്കും.

സൂര്യഭഗവാനെ താഴേക്ക് വാ....

ഞങ്ങളുടെ അടുത്തേക്ക് വാ....

വിളിച്ച ശേഷം തെല്ലിട കാത്തു നിൽക്കും. സൂര്യൻ ഇറങ്ങി വരുന്നുണ്ടോ എന്നു നോക്കി നിൽക്കും.

പിന്നീട് ബുൾബുൾ പറയും.

"സൂര്യഭഗവാൻ ഉറങ്ങാ, ഉണർത്തണ്ട..."

പുൽപ്പരപ്പിൽ, ആകാശത്തിലെ ചുകന്നു തുടുത്ത സൂര്യനെ തന്നെ നോക്കി ഇരിക്കെ ചിന്തുവിന്ന്, ഒന്ന് വിളിച്ചു നോക്കിയാലോ എന്നു തോന്നി. ചിലപ്പോൾ ഇപ്പോൾ ഉറക്കം തെളിഞ്ഞ സമയം ആണെങ്കിലോ. സംശയിച്ചു നിന്നില്ല. ചിന്തു പതുക്കെ സൂര്യനെ വിളിച്ചു.

"ഒന്നു വന്നൂടെ താഴേക്ക്. എത്രകാലമായി ഇങ്ങനെ വിളിക്കുന്നു."

വിളി കേട്ടതും ആകാശത്തിൽ ഇരുന്നിടത്തു നിന്നും സൂര്യൻ ഒന്നിളകിയതുപോലെ ചിന്തുവിന്നു തോന്നി. ചിന്തുവിന്ന് രസം പിടിച്ചു. നോക്കി നോക്കി ഇരിക്കേ, സൂര്യൻ താണ് താണു വന്നു വന്ന് അകലെയകലെ ആകാശത്തിന്റെ അതിരിൽ തട്ടി നിന്നു. പിന്നെ പുൽപ്പരപ്പിലൂടെ ഉരുണ്ടുരുണ്ടുരുണ്ട് ചിന്തുവിന്റെ അരികിലെത്തി നിന്നു.

സൂര്യനെ ചിന്തു ആഹ്ലാദത്തോടെ കയ്യിലെടുത്തു. എന്തൊരു തിളക്കം...!!

സൂര്യനെ തൊട്ടതും വിരലിലും കൈവെള്ളയിലും ആകെ ചുകന്ന നിറം പടർന്നു.

ഒരു ചൂടില്ലാത്ത കനൽക്കട്ട. ഒരു ചുകന്ന കൃഷ്ണമണി പോലെ. ഒരു ചെമ്പരത്തിപൂപോലെ. ഒരു ചുകന്ന മഞ്ഞു തുള്ളിപോലെ. ചിന്തു സൂര്യനെ തിരിച്ചും മറിച്ചും നോക്കി. പിന്നീട് കണ്ണിന്നു നേരെ പിടിച്ച് ആകാശം നോക്കി. സർവം ചുകപ്പു മയം. ചുറ്റും നോക്കി. സർവം ചുകപ്പു മയം. ഒന്നു പതുക്കെ ഉരുട്ടി നോക്കിയാലോ. ചിന്തു സൂര്യനെ ഒന്ന് ഉരുട്ടി നോക്കി.

കുറച്ചു ദൂരത്തേക്ക് ഉരുണ്ടു നീങ്ങിയശേഷം സൂര്യൻ തിരികെ വന്നു. ഒന്നുകൂടി വേഗം കൂട്ടി ഉരുട്ടി നോക്കി. ഇത്തവണ സൂര്യൻ കുറെ കൂടി

ദൂരത്തേക്ക് ഉരുണ്ടു നീങ്ങി തിരിച്ചുവന്നു. കുറെ കൂടി വേഗംകൂട്ടി ചിന്തു ഉരുട്ടി നോക്കി.

ഉരുട്ടിക്കിട്ടേണ്ട താമസം സൂര്യൻ ഉരുണ്ടുരുണ്ടുരുണ്ട് അകലെയകലെ ആകാശത്തിന്റെ അതിർത്തിയിൽ ചെന്നു തട്ടി നിന്നു. പിന്നീട് സാവ കാശം ഉയർന്ന് പഴയ സ്ഥാനത്തു ചെന്ന് അമർന്ന് ഇരുന്നു.

അപ്പോഴാണ് പുൽപ്പരപ്പിലൂടെ അകലെനിന്നും അനേകം പേർ ഓടി വരുന്നത് ചിന്തു കണ്ടത്. ആദ്യമാദ്യം നിഴലുകൾപോലെ അവ്യക്തമായിരുന്നു അവരെല്ലാം.

പിന്നെ പിന്നെ അടുത്തെത്തുംന്തോറും അവർ വ്യക്തമായി.

ഏറ്റവും മുന്നിൽ ഓടിയാത്തുന്നതാരാണെന്ന് ചിന്തു വളരെ വേഗം തിരിച്ചറിഞ്ഞു. ബുൾബുൾ..!! പിറകിൽ മോട്ടി. മോട്ടിക്ക് പിറകിൽ ഭാസ്കരൻ. ഭാസ്കരന്റെ കൂടെ മൈതാനത്തിലെ കൂട്ടുകാർ. നൃത്തം ചെയ്തുകൊണ്ട് അലമേലു. ചിന്തു മതി മറന്നു തുള്ളിച്ചാടി.

കണ്ണു ചിമ്മി തുറക്കുന്ന വേഗത്തിൽ അവരെല്ലാം ചിന്തുവിനു ചുറ്റും വട്ടമിട്ട് ഓടിയെത്തി. ബുൾബുളും മോട്ടിയും ചിന്തുവിന്റെ കൈപിടിച്ചു. അലമേലു അരികിൽ നിന്നു. ഭാസ്കരന് ചിന്തു മതിൽ ചാടിക്കയറി വന്ന ആഹ്ലാദം. ചിന്തു എല്ലാവരുടേയും കൈപിടിച്ചു കുലുക്കി.

മോട്ടിയാണ് പലരുടേയും പേരുപറഞ്ഞത്.

ഇത് ടോമി,

ഇത് ഔവ്വക്കർ,

ഇത് പോക്കർ,

ഇത് പോക്കരി,

ഇത് ചിറ്റി,
ഇത് ടിറ്റി,
ഇത് മിറ്റി,
ഇത് ലില്ലി,
ഇത് മല്ലി,
ഇത് ബ്രിജേഷ്,
ഇത് സുരേഷ്,
ഇത് മഹേഷ്,
ഇത് വാവാ,
ഇത് വിവി,
ഇത് വൂവു.

പേരുകൾ അങ്ങനെയങ്ങനെ നീണ്ടു നീണ്ടു പോയി.

കൈ കുലുക്കി കൈ കുലുക്കി ചിന്തു തളർന്നു.

ഒടുവിൽ അലമേലു പറഞ്ഞു.

"മതി കുലുക്കിയത്. ഇങ്ങനെ കുലുക്കിയാൽ കൈ പറിഞ്ഞു പോകും. എല്ലാവരും എല്ലാവരുടേയും ചങ്ങാതിമാരല്ലേ. പിന്നെന്തിനാ പേരുകൾ..."

ചിന്തുവിനും അതുതന്നെ തോന്നി. എന്തിനാണ് പേരുകൾ...? മതി പേരു പറഞ്ഞത്. മോട്ടി പേരുപറയുന്നത് നിർത്തി. ചിന്തു പേരു ചോദിക്കുന്നതും നിർത്തി. ചിന്തു അലമേലുവിനോട് ചോദിച്ചു.

"കാക്കാലനെവിടെ...?"

കാക്കാലന്റെ കാര്യവും മഴവില്ലിന്റെ കാര്യവും ചിന്തു മറന്നുവെന്നാണ് അലമേലു കരുതിയത്. ചിന്തു അത് മറന്നിട്ടില്ല. അശേഷം മറന്നിട്ടില്ല. അലമേലു പറഞ്ഞു.

"കാക്കാലൻ വരും. കാത്തിരുന്നോളൂ."

ആ കാത്തിരിപ്പ് ചിന്തുവിന്ന് അസഹ്യമായിരുന്നു. എങ്കിലും അവ നത് പ്രകടിപ്പിച്ചില്ല. മോട്ടി പറഞ്ഞു.

"കാക്കാലൻ ഇവിടെ അടുത്താ. ചിന്തു വന്നൂന്നറിഞ്ഞാൽ കാക്കാ ലൻ നമ്മളറിയാതെ തന്നെ നമ്മുടെ അടുത്തെത്തും."

ചിന്തു ചോദിച്ചു.

"സത്യമായിട്ടും...?"

"സത്യമായിട്ടും."

ചിന്തുവിന് കാത്തിരിക്കാൻ വയ്യ.

"എന്തിനാ നമ്മുടെ അടുത്തെത്തുന്നതുവരെ കാക്കുന്നത്. നമുക്ക് അങ്ങോട്ടു പോയിക്കാണാം."

മോട്ടി ചോദിച്ചു.

"ചിന്തൂന് വഴി അറിയ്യോ...?"

അലമേലു പറഞ്ഞു.

"ഏതുവഴി പോയാലും അവിടെയെത്താം."

കാക്കാലനെ തേടിപോവാൻ മോട്ടിയും ബുൾബുളും ചിന്തുവും ഭാസ്കരനും ഔവ്വക്കറും ഒരുങ്ങി. ഇനിയാരെങ്കിലും വരുന്നോ എന്നായി ഔവ്വക്കർ. അലമേലുവും മറ്റുള്ളവരും ഏകസ്വരത്തിൽ പറഞ്ഞു.

"ഞങ്ങൾ ഇപ്പോൾ കണ്ടതല്ലേയുള്ളൂ കാക്കാലനെ..."

എന്നാൽ ഞങ്ങൾ കണ്ടിട്ടുവരാം, എന്നു പറഞ്ഞ് സംഘം മുന്നോട്ടു നീങ്ങി.

വഴി നിറയെ വെള്ളി മണൽ. കാൽമുട്ടുവരെ കുഴിഞ്ഞിറങ്ങുന്ന വെള്ളി മണൽ. ഔവ്വക്കർ ഒരു പിടി വാരി കീശയിലിട്ടു. വീട്ടിലെത്തിയാൽ ഉമ്മ യുടെ തലയിൽ വിതറണം. നല്ല രസമായിരിക്കും കാണാൻ.

ഭാസ്കരൻ ചിന്തുവിന്റെ തോളിൽ കയ്യിട്ടു.

"ഇതിനു മുൻപ് ചിന്തു ഇവിടെ വന്നിട്ടുണ്ടോ..?"

"ഇല്ല."

"മോട്ടിയോ?"

"ഇല്ല."

"ബുൾബുളോ...?"

"ഇല്ല..."

ഭാസ്ക്കരന് സങ്കടം തോന്നി.

"ഞങ്ങൾ എന്നും ഇവിടെ തന്നെയായിരുന്നു. നിങ്ങൾ എന്താ ഇതു വരെ വരാതിരുന്നത്..?"

ചിന്തു കാരണം പറഞ്ഞു.

"വണ്ടിക്കാരൻ ഇതുവരെ എന്റെ അടുത്ത് വന്നിരുന്നില്ല.."

ഔവ്വക്കർ ചോദിച്ചു.

"ആ വെളുത്ത വണ്ടിക്കാരനാ...?"

"ആ.."

ഭാസ്കരൻ ചിന്തുവിനെ സമാധാനിപ്പിച്ചു.

"അത് പുതിയ ആളാ. ഓന് എല്ലാരേം പരിചയമില്ല.. അതാ വരാഞ്ഞെ. ഓൻ പരിചയപ്പെട്ട് വരണതെ ഉള്ളപ്പാ.."

മോട്ടിയും ചിന്തുവും ബുൾബുളിന്റെ ഇടം വലം കൈകൾ പിടിച്ചു. ഭാസ്കരൻ ബുൾബുളിനെ എടുക്കണോ എന്നു ചോദിച്ചു. വേണമെങ്കിൽ നിങ്ങൾ എല്ലാവരേയും ഒന്നിച്ച് ഞാനെടുക്കാം എന്ന ഭാവത്തിൽ ബുൾബുൾ ആ ഓഫർ നിരസിച്ചു.

ഔവ്വക്കർ പറഞ്ഞു.

"ഞമ്മക്ക് പെങ്ങളില്ല. ഉമ്മാക്ക് ഞാൻ ഒറ്റമോനാ.."

ചിന്തുവിന് അത് പിടികിട്ടിയില്ല.

അവൻ മോട്ടിയോട് സംശയം ചോദിച്ചു.

"ഉമ്മാന്ന് പറഞ്ഞാൽ ആരാ..?"

"ഉമ്മാന്ന് പറഞ്ഞാൽ അമ്മ. അമ്മാന്ന് പറഞ്ഞാൽ മമ്മി. ഇനി പെങ്ങൾന്ന് പറഞ്ഞാൽ അനിയത്തി. അതായത് ബുൾബുൾ."

ഔവ്വക്കറിന് ബുൾബുളിനെപോലെ ഒരു അനിയത്തി ഇല്ലെന്നറിഞ്ഞതും ചിന്തുവിന് ദുഃഖം തോന്നി.

"എവിടെയാ ഔവ്വക്കറിന്റെ വീട്..?"

"ചിന്തൂന്റെ വീടിന്റടുത്താ. ചിന്തൂനെ ഞമ്മള് എത്രയോവട്ടം കണ്ടിരിക്കണ്. ചിന്തു ഞമ്മളെ കാണാഞ്ഞിട്ടാ..."

ചിന്തു ചോദിച്ചു.

"ഔവ്വക്കറിന് വീട്ടില് മമ്മി മാത്രേ ഉള്ളൂ?

ചോദ്യം കേട്ട് ഔവ്വക്കർ അന്തം വിട്ടു.

"അമ്മിയോ...?"

"അമ്മി അല്ല. മമ്മി."

"അതാരണപ്പാ മമ്മി...?!"

ഔവ്വക്കർ വായ പൊളിച്ചു. മോട്ടി അപ്പോഴും തിരുത്തി.

"മമ്മീന്ന് ചിന്തു പറയുന്നത് ഔവ്വക്കറിന്റെ ഉമ്മയെയാ.."

"അള്ളാ, ബല്ലാത്തൊരു പേര്. ഉമ്മാനെങ്ങളെന്തിനാ ഇങ്ങനൊക്കെ ബിളിച്ച് കഷ്ടപ്പെടുത്തണെ..."

അതാ അതിന്റെ സ്റ്റൈൽ എന്ന് മോട്ടി പറഞ്ഞു. ഔവ്വക്കറിന് അതറിയാഞ്ഞിട്ടാണ്. ഞങ്ങളുടെ മമ്മിക്ക് അമ്മയെന്ന വാക്ക് ഇഷ്ടമല്ല. മുലപ്പാലെന്നു പറയുന്നത് അത്രപോലും ഇഷ്ടമല്ല. അമ്മ ചുരത്തിയതത്രയും ബേബിഫുഡാണ്. മുലയ്ക്ക് നല്ല വേദന വരുമ്പോൾ മമ്മി പാലത്രയും വാഷ്ബെയ്സിനിൽ പിഴിഞ്ഞു കളയും. ഔവ്വക്കറത് കണ്ടിട്ടില്ലല്ലോ. എന്നാൽ എന്റെ ബുൾബുൾ അത് കണ്ടിട്ടുണ്ട്.

മോട്ടി അതെല്ലാം ചിന്തിച്ചതേയുള്ളൂ. ഒന്നും ആരോടും പറഞ്ഞില്ല.

ഔവ്വക്കർ പറഞ്ഞുകൊണ്ടിരുന്നു.

“രാവിലെ നേരം ബെളുക്കുമ്പം ഉമ്മ ബെള്ളപ്പം ചുടും. ഞമ്മളത് ചൂടോടെ ബിക്കും. അങ്ങനെ വിക്കുമ്പഴാ ഒരീസം കാക്കാലനെ കണ്ടത്. മൂപ്പര് ഞമ്മളോട് ഒരു ബള്ളപ്പം ചോദിച്ച്. ഞമ്മള് കൊടുത്ത്. എന്നിട്ടെന്താ, ഞമ്മള് കൊടുത്തത് ബെള്ളപ്പം. ആ ബെള്ളപ്പം കയ്യിൽ പൊത്തിപ്പിടിച്ച് ഒന്നു തിരിച്ച് മറിച്ച് കളിച്ചിട്ട് മൂപ്പര് തിരിച്ചു തന്നത് ഒരു മുഴുത്ത സമൂസ. ഉമ്മ ചുട്ട ബെള്ളപ്പം ഒറ്റ തിരിക്കലിന്ന് മൂപ്പര് സമൂസയാക്കി.”

ചിന്തു ആ അദ്ഭുതം കണ്ടിട്ടുപോലുമില്ല.

കാക്കാലന്നു കൊടുക്കുവാൻ അവന്റെ കയ്യിൽ വെള്ളപ്പമുണ്ടായിരുന്നില്ല.

ഭാസ്കരൻ ചോദിച്ചു.

“ചിന്തുവിന്റെ അച്ഛന്റെ പേരെന്താ..?”

“എനിക്ക് അച്ഛനില്ല...”

ഭാസ്കരൻ സങ്കടത്തോടെ ചിന്തുവിനെ നോക്കി.

മോട്ടിക്ക് ചിരി പൊട്ടി.

“ഞാൻ കണ്ടതല്ലേ ചിന്തു. ചിന്തൂന്റെ അച്ഛൻ കാറിൽ കേറി പോവുന്നതും ചിന്തൂനെ അടിക്കുന്നതും ഒക്കെ. അതച്ഛനല്ലേ..?”

“അതച്ഛനല്ല. ഡാഡി...”

“അയാൾക്ക് താടി ഇല്ലല്ലാ...?”

“താടിയല്ല ഡാഡി..”

മോട്ടി അതും തിരുത്തി.

“ഭാസ്ക്കരന് അത് അച്ഛൻ. ഞങ്ങൾക്ക് അത് ഡാഡി.”

ചിന്തു വീണ്ടും പറഞ്ഞു.

“ശരിയാ അത് ഡാഡിയാ, ഭാസ്കരന്ന് ആളെ മാറിയതാണ്..”

നടന്നു നടന്ന്, പറഞ്ഞു പറഞ്ഞ്, ചിരിച്ചു ചിരിച്ച്, രസിച്ചു രസിച്ച് അവർ ചെന്നെത്തിയത് കാക്കാലന്റെ വീടിനു മുന്നിൽ. ദൂരത്ത് നിന്നു തന്നെ കാക്കാലന്റെ വീട് അവർ തിരിച്ചറിഞ്ഞു. വലിയൊരു പൂവ് കമഴ്ത്തിവെച്ചതുപോലെ ഒരു വീട്. കമഴ്ത്തിവെച്ച വീടിന്നുള്ളിലെ തേൻ കുടിക്കുവാനായി വീടിന്നു ചുറ്റും പറന്നു നടക്കുന്ന പൂമ്പാറ്റകൾ. വാതിൽക്കൽ കാവൽ നിൽക്കുകയാണ് വാദ്യം കൊട്ടുന്ന കുരങ്ങൻ. ട്രൗസറും ഷർട്ടും വേഷം. അരയിൽ ഒരു ബെൽറ്റും. കുരങ്ങൻ അവരെ ദൂരെ നിന്നു തന്നെ കണ്ടു. കുരങ്ങനെ കണ്ടതും ബുൾബുൾ വിളിച്ചു പറഞ്ഞു.

“അതാ പിറ്റി...?”

പിറ്റി കൈവീശി അവർക്കടുത്തെത്തി.

ചിന്തുവും മോട്ടിയും ഔവ്വുക്കറും ഭാസ്കരനും ഒന്നു സംശയിച്ചു നിന്നു.

ബുൾബുളിന് തെല്ലും സംശയമുണ്ടായില്ല. അവൾ മുന്നോട്ടു ചെന്ന് പിറ്റിയുടെ കൈ പിടിച്ചു. പിറ്റി മറുകൈ അവളുടെ തോളിൽ വെച്ചു ചിരിച്ചു.

"എന്നെ ഓർമ്മയുണ്ടോ ബുൾബുൾ...?"

"ഓർമ്മയുണ്ട്. നല്ല ഓർമ്മയുണ്ട്. അന്ന് സ്വപ്നത്തിൽ ഞാൻ പിറ്റിയെ കണ്ടത് മറന്നിട്ടേയില്ല."

"ഞാനും മറന്നിട്ടില്ല. അന്ന് സ്വപ്നത്തിൽ കണ്ടപ്പോൾ ബുൾബുൾ ഈ ഉടുപ്പല്ല ഇട്ടിരുന്നത്.."

"അത് അലക്കാനിട്ടു. ഇത് വേറെയാ."

ബുൾബുൾ പിറ്റിയെ എല്ലാവർക്കും പരിചയപ്പെടുത്തി.

"ഇത് പിറ്റി."

പിറ്റി അത് തിരുത്തിപ്പറഞ്ഞു.

"ഐ ആം പിറ്റി. കെ.കെ.പിറ്റി. കാക്കാലന്റെ കാവൽക്കാരൻ പിറ്റി."

ചിന്തു പിറ്റിയുടെ കൈ പിടിച്ചു.

"ഞങ്ങൾ അകത്തേക്ക് വരട്ടെ. ഞങ്ങൾക്ക് കാക്കാലനെ കാണണം."

"യജമാനനെ അകത്തു കയറി കാണാൻ പറ്റില്ല. യജമാനൻ യജമാനന് ഇഷ്ടമുള്ളപ്പോൾ പുറത്തേക്ക് വരും. അപ്പോൾ മാത്രമേ എനിക്കു കൂടി കാണാൻ പറ്റൂ."

"കള്ളത്തരം പറയരുത്."

"കള്ളത്തരമല്ല. സത്യമാണ് പറയുന്നത്. ഞങ്ങളും നിങ്ങൾ കൊച്ചു കുട്ടികളെപോലെ സത്യം മാത്രമേ പറയൂ."

"എപ്പഴാ പുറത്ത് വരാ...?"

"ആവോ."

അവരുടെ വ്യസനഭാവം കണ്ട് പിറ്റിക്ക് വളരെ ദുഃഖം തോന്നി.

"എന്തുചെയ്യും. ഒരു വഴിയുമില്ല. ആ പൂമ്പാറ്റകളെ കണ്ടില്ലേ. ഞാൻ അനവധി തവണ അവരോട് ഇപ്പോൾ യജമാനനെ കാണാൻ പറ്റില്ലെന്ന് പറഞ്ഞു. അവർക്ക് കുറച്ച് തേൻ വേണം. അതിനാ വന്നത്. പുറത്ത് എടുത്തുവെച്ച തേനൊക്കെ ഞാൻ ഓരോരുത്തർക്കും കൊടുത്ത് തീർന്നു. ഞാൻപോലും ഒരുതുള്ളി കുടിച്ചിട്ടില്ല. എന്നിട്ടും ആ പൂമ്പാറ്റകൾ പോവുന്നുണ്ടോന്നു നോക്കൂ.

യജമാനൻ പുറത്തു വരുന്നതുവരെ എങ്ങനെ സമയം പോക്കും എന്ന ചിന്തയായിരുന്നു ഭാസ്കരന്. അതറിഞ്ഞതും പിറ്റി പറഞ്ഞു.

"സാരമില്ല വഴിയുണ്ടാക്കാം.."

പിറ്റി പൂമ്പാറ്റകളെ കൈമുട്ടി വിളിച്ചു. കേൾക്കേണ്ട താമസം അവ പറന്നു മുന്നിലെത്തി. പിറ്റി പൂമ്പാറ്റകളോട് പറഞ്ഞു.

"യജമാനൻ പുറത്തു വരുന്നതുവരെ പറന്നു നടക്കുവാനാണ് നിങ്ങളുടെ ഭാവമെങ്കിൽ ഞങ്ങളെയും പുറത്തുകയറ്റി ഒന്ന് ഇവിടെയെല്ലാം പറന്നൂടെ..?"

അതിനെന്താ എന്നു പറഞ്ഞുകൊണ്ട് പൂമ്പാറ്റകൾ ചിറകു താഴ്ത്തി. ഔവ്വക്കറും മോട്ടിയും ബുൾബുളും ഭാസ്കരനും ചിന്തുവും പിറ്റിയും ഓരോ പൂമ്പാറ്റകളുടെ ചുമലിൽ കയറി ഇരുന്നു. പിറ്റി പറഞ്ഞു.

"എല്ലാവരും ഒന്നിച്ചു പറന്നാൽ മതി. ഓരോ വഴിക്കു തിരിക്കരുത്."

പൂമ്പാറ്റകൾ തലകുലുക്കി. ആകാശത്തു കൂടിയുള്ള ആ പറക്കൽ ചിന്തുവിന്ന് അതിമനോഹരമായിരുന്നു. കാറ്റ് മുഖത്തടിച്ചു. കണ്ണിൽ വെള്ളം നിറഞ്ഞു.

വട്ടത്തിലും ചതുരത്തിലും കമാനാകൃതിയിലും നിരന്നു നിന്ന് പൂമ്പാറ്റകൾ അവരേയും വഹിച്ച് ഉയരത്തിൽ പറന്നു. താഴെ വെള്ളിമണൽ വരമ്പ് ഒരു നൂലുപോലെ നേർത്തു നേർത്തു വന്നു. ഔവ്വക്കർ ആരോടെന്നില്ലാതെ പറഞ്ഞു.

"അള്ളോ ഏറോപ്ലെയിനിന്റെ പൊറത്തിരുന്ന് പോണമാതിരി...!!"

ബുൾബുൾ ആയിരുന്നു ഏറ്റവും മുന്നിൽ.

ചിന്തു ബുൾബുളിനെ നോക്കിക്കൊണ്ട് പിറകിലും.

പിറ്റിയുടെ പൂമ്പാറ്റ വേഗം കൂട്ടി.

മുന്നിൽ പറക്കുന്ന ചിന്തുവിന്റെ പൂമ്പാറ്റക്കൊപ്പമെത്തി.

പിറ്റി ചിന്തുവിനു നേരെ കൈവീശി.

"എങ്ങനെയുണ്ട് ചിന്തൂ...?!!"

"ബ്യൂട്ടിഫുൾ..."

"താങ്ക് യൂ... താങ്ക് യൂ ഫോർ ദി കോംപ്ലിമെന്റ്..."

പിറ്റി ഉച്ചത്തിൽ ഒന്നു കൈകൊട്ടി. പൂമ്പാറ്റകൾ ധൃതിയിൽ മുകളിലേക്ക് ഊളിയിട്ടു. ഇപ്പോൾ അവർ മേഘങ്ങൾക്ക് പുറത്തായി. ഭാസ്കരൻ താഴേക്കുനോക്കി.

പഞ്ഞിക്കെട്ടുകൾപോലെ താഴെ മേഘങ്ങൾ. ഒന്നു ചാടി നോക്കിയാലോ..? മേഘം തടഞ്ഞുവെങ്കിൽ ഉരുണ്ടു കളിക്കാമായിരുന്നു. കുറെ കൂടി ഉയരത്തിൽ പറന്നാൽ സൂര്യനെ തൊടാം.

പിറ്റിയുടെ നിർദ്ദേശം പൂമ്പാറ്റയ്ക്ക് ഇഷ്ടമായില്ല.

പൂമ്പാറ്റ പിറ്റിയെ ചെറുതായി ഒന്നു ദേഷ്യപ്പെട്ടു.

"എന്തിനാണ് സൂര്യനുനേരെ പറന്നു ചെന്ന് സൂര്യനെ തൊടാൻ നോക്കുന്നത്? സൂര്യൻ വേണമെങ്കിൽ നമ്മുടെ അടുത്തേക്ക് വരുമല്ലോ."

ചിന്തുവും അത് ശരിവെച്ചു.

"പൂമ്പാറ്റ പറഞ്ഞത് നേരാണ്. അങ്ങോട്ടു ചെല്ലുന്നത് കുരുത്ത ക്കേടാണ്. ഇങ്ങോട്ട് ഇറങ്ങി വരുന്നതാണ് അതിന്റെ ശരി."

പിറ്റി ചെറുതായി ഒന്നു ചിരിച്ചു.

"വിഡ്ഢിത്തം പറഞ്ഞശേഷം സോറി എന്നു പറഞ്ഞതുകൊണ്ട് കാര്യമുണ്ടോ. വിഡ്ഢിത്തം വിഡ്ഢിത്തം തന്നെ."

"പേര് പിറ്റി എന്നാണെങ്കിലും ഞാനും ഒരു കുരങ്ങൻ തന്നെയല്ലേ."

"കുരങ്ങന്റെ ബുദ്ധി കാട്ടാതിരിക്കോ."

"സൂര്യനോട് താഴേക്ക് ഇറങ്ങിവരാൻ പറയണോ എന്ന് ചിന്തു പിറ്റിയോട് ചോദിച്ചു. അത് ബുൾബുൾ കേട്ടു. അവൾ വിളിച്ചു പറഞ്ഞു..."

"വേണ്ട. ഇപ്പോൾ വേണ്ട. ഇപ്പോൾ സൂര്യൻ ഉറങ്ങ്വാണ്.."

എല്ലാവരും അത് ശരിവെച്ചു. പിറ്റി വീണ്ടും കൈകൊട്ടി. പൂമ്പാറ്റ കൾ താഴേക്ക് ഊളിയിട്ടു. ഊളിയിട്ട് വന്നു വന്ന് അവ ആദ്യം ചെന്നിറ ങ്ങിയത് ഒരു മലയോര പുൽപ്പരപ്പിൽ.

പൂമ്പാറ്റകൾ ചിറകു താഴ്ത്തിയതും അവർ ചാടിയിറങ്ങി ചുറ്റും നോക്കി. ഒവ്വക്കർ ഉച്ചത്തിൽ പറഞ്ഞു:

"എന്റുമ്മാ.. എന്ത് നല്ല സ്ഥലം..."

അതെ... അതൊരു മനോഹര സ്ഥലമായിരുന്നു.

പത്ത്

കഥ തീർന്ന മുത്തച്ഛൻ

പുൽപ്പരപ്പിലെ ചാരുബഞ്ചിൽ ഒരു മുത്തച്ഛൻ ചുറ്റും നോക്കി ഇരിക്കുന്നു.

വ്യസന ഭാവം.

വെളുത്ത താടിയും തലമുടിയും.

പവിഴംപോലെ കണ്ണുകൾ.

മധുരം കിനിയുന്ന ചിരി.

മുത്തച്ഛൻ ഒരേ ഒരിരുപ്പാണ്.

പിറ്റിക്ക് മുത്തച്ഛനെ മുൻപെ പരിചയമുണ്ട്.

പിറ്റി ഓടിച്ചെന്നു.

പിറകെ സംഘവും.

"മുത്തച്ഛനെന്താ വീട്ടിൽ പോവാത്തെ?"

"പോകണം പോകണം. പക്ഷേ മുത്തച്ഛൻ വലിയ വിഷമത്തിലാണ് പിറ്റി. കുട്ടികൾക്ക് പറഞ്ഞുകൊടുക്കാൻ പറ്റിയ ഒരു കഥ എനിക്ക് കിട്ടണം. അത് കിട്ടാതെ വീട്ടിൽ പോവാൻ പറ്റൂല."

ചിന്തു ചാരുബെഞ്ചിന്റെ ഓരത്ത് കയറി ഇരുന്നു.

"അതെന്താ..?"

"മുത്തച്ഛന്റെ ചെറുമകള് കഥ കേൾക്കാതെ ഉറങ്ങൂല. അവൾക്ക് പറഞ്ഞു കൊടുക്കാൻ ഇന്ന് മുത്തച്ഛന്റെ കയ്യിൽ കഥയില്ല."

"ഇതിനുമുൻപ് പറഞ്ഞ ഏതെങ്കിലും കഥ പറഞ്ഞു കൊടുത്താൽ പോരെ..?"

"അത് പറ്റൂല പിറ്റി. അവൾക്ക് പുതിയ കഥ തന്നെ വേണം. ഇതിന്നു മുൻപ് പറഞ്ഞുകൊടുത്ത കഥയെല്ലാം അവൾക്ക് നല്ല ഓർമ്മയുണ്ട്. ഒരു പുതിയ കഥ ഇനി ആരുടെ മനസ്സിലാണുണ്ടാവുക. ഞാൻ പലരോടും ചോദിച്ചു. പലരും പല കഥകളും പറഞ്ഞു. എല്ലാം അവൾ കേട്ടതാ. കഥയില്ലാതെ വീട്ടിൽ ചെന്നാൽ ചെറുമകള് ഉറങ്ങൂല.."

മുത്തച്ഛൻ സങ്കടപ്പെട്ട് ഇരുന്നു.

എല്ലാവരും മുഖാമുഖം നോക്കി. വല്ലാത്തൊരു പ്രതിസന്ധിയിലാണ് മുത്തച്ഛൻ ചെന്നുപ്പെട്ടത്. ബുൾബുൾ പറഞ്ഞു.

“ഞാനൊരു കഥ പറയാം.”

എല്ലാവരും ചെവി കൂർപ്പിച്ചു.

പൂമ്പാറ്റകൾ ചിറകടിക്കാതെ ഇരുന്നു.

ബുൾബുൾ പറഞ്ഞു തുടങ്ങി.

“പണ്ടൊരു കുറുക്കനുണ്ടായിരുന്നു. കുറുക്കൻ കാട്ടിൽ കൂടി പോകുമ്പോൾ ഒരു ഗൗളിയെ കണ്ടു. ഗൗളി എവിടെയോ വിരുന്നുണ്ണാൻ പോവ്വായിരുന്നു. കുറുക്കൻ ഗൗളിയോട് ഞാനും വരട്ടേന്ന് ചോദിച്ചു. ഗൗളി പറഞ്ഞു. എന്റെ പിറകെ വരുന്നയാളോട് ചോദിച്ചു സമ്മതം വാങ്ങി വന്നോളൂ എന്ന്.”

അത്രയും പറഞ്ഞ് ബുൾബുൾ ഒരുവട്ടം ശ്വാസം ഇറക്കി.

വീണ്ടും തുടർന്നു.

“അതും പറഞ്ഞ് ഗൗളി പോയി. കുറുക്കൻ മുന്നോട്ടു തന്നെ നടന്നു. കുറെ ദൂരം ചെന്നപ്പോ ഒരു ഉറുമ്പിനെ കണ്ടു. നീയാണോ ഗൗളിയുടെ പിറകെ വരുന്നതെന്ന് കുറുക്കൻ ഗൗളിയോട് ചോദിച്ചു.”

ഭാസ്കരൻ പെട്ടെന്ന് ഇടയിൽ കയറി പറഞ്ഞു.

“ബുൾബുളിന് തെറ്റി. ഗൗളിയോടല്ല, ഉറുമ്പിനോടല്ലേ ചോദിച്ചത്..?”

ബുൾബുൾ കണ്ണുമിഴിച്ചു.

“ഉറുമ്പിനോടാണോ ഗൗളിയോടല്ലേ ചോദിച്ചത്..?”

അവൾ വിട്ടുകൊടുത്തില്ല.

ചിന്തു രണ്ടുപേരെയും സമാധാനിപ്പിച്ചു.

“ബുൾബുൾ അങ്ങനെയാണ്. കുറുക്കൻന്ന് പറഞ്ഞു പറഞ്ഞു അത് കോഴിയാവും. കോഴീന്ന് പറഞ്ഞു പറഞ്ഞ് അത് പൂച്ചയാവും. ബുൾബുൾ കഥ പറഞ്ഞാൽ കഥ തീരൂല. മുത്തച്ഛന്റെ ചെറുമകൾക്ക് ഉറങ്ങാനും പറ്റൂല.”

മുത്തച്ഛൻ ചിരിയോടെ ഇരുന്നു.

“ബുൾബുൾ പറഞ്ഞ കഥ മുത്തച്ഛന്റെ ചെറുമകള് കേട്ടതാ. വേറെ കഥ വല്ലതും ഉണ്ടോ.”

“കരടിയുടെ കഥയുണ്ട്.”

ചിന്തു ചിരിച്ചു.

“കരടിയുടെ കഥയുണ്ട്. കഥ മാറി ഒടുവിൽ കരടി നരിയാവും.”

പിറ്റി പറഞ്ഞു.

"ഞാനൊരു കഥ പറയാം."

"പിറ്റിയുടെ കഥയെല്ലാം മുത്തച്ഛന്റെ ചെറുമകള് കേട്ടതല്ലേ..?"

"പിന്നെന്താ ചെയ്യാ. പുതിയ കഥയൊന്നും എന്റെ യജമാനൻ പറഞ്ഞു തന്നിട്ടില്ല."

അലമേലുവിന് ധാരാളം കഥ അറിയാമെന്ന് ചിന്തു പറഞ്ഞു. അലമേലുവിന്റെ കഥകൾ മുത്തച്ഛന്റെ ചെറുമകൾ കേട്ടു കാണില്ല. മുത്തച്ഛന് സന്തോഷമായി.

അലമേലുവും സംഘവും പുൽപ്പരപ്പിലുണ്ട്. ഏതുവഴി ചെന്നാലും അവിടെ എത്താം.. വേണമെങ്കിൽ ഈ പൂമ്പാറ്റകൾ മുത്തച്ഛനെ അവിടെ കൊണ്ടുപോയാക്കും. പിറ്റി അങ്ങനെ പറഞ്ഞുവെങ്കിലും മുത്തച്ഛൻ അത് സ്വീകരിച്ചില്ല. മുത്തച്ഛൻ പറഞ്ഞു.

"ഞാൻ നടന്നുപൊയ്ക്കൊള്ളാം കുഞ്ഞുങ്ങളെ. വയസ്സൻമാർ കൂടുതൽ സമയം നടക്കണം. അതാണ് ആരോഗ്യത്തിന് നല്ലത്."

മുത്തച്ഛൻ അവരോട് യാത്രപറഞ്ഞു. മുത്തച്ഛൻ പോയ്ക്കഴിഞ്ഞപ്പോഴാണ് ഔവ്വക്കറിന് ബുദ്ധി തെളിഞ്ഞത്. അവൻ ഉച്ചത്തിൽ പറഞ്ഞു

"അള്ളോ ഞമ്മടെ മനസ്സില് ഒരു കഥയിണ്ടായിനി. ഇന്റെ ഉമ്മാന്റെ വല്ല്യുമ്മ നെയ്യപ്പം ചുട്ട കഥ. അത് മുത്തച്ഛനോട് പറയായിനി......"

ഇനി പറഞ്ഞിട്ടെന്താ കാര്യം. നെയ്യപ്പം വല്ല്യുമ്മ തന്നെ ചുട്ടു തിന്നട്ടെയെന്ന് എല്ലാവരും പറഞ്ഞു. അബദ്ധം പറ്റിയതോർത്ത് ഔവ്വക്കർ ഒന്നുരണ്ടു വട്ടം തലയ്ക്കടിച്ചു.

പതിനൊന്ന്

ആകാശം പറിച്ചെടുത്തു തന്ന അമ്പിളിമാമൻ

രാത്രി ചിന്തു പുൽപ്പരപ്പിൽ മലർന്നു കിടന്ന് ആകാശം നോക്കി. ആകാശം നിറയെ നക്ഷത്രങ്ങൾ. ചിലത് കണ്ണിറുക്കുന്നു. ചിലത് ഓടി ക്കളിക്കുന്നു. നക്ഷത്രങ്ങൾക്കു നടുവിൽ അമ്പിളിമാമന്റെ വട്ടത്തിലുള്ള ഒരു അരിക് മാത്രമേ ആകാശത്തുള്ളൂ. ബാക്കി ഭാഗം ആരാണ് മുറിച്ചു കൊണ്ടുപോയത്. മുറിച്ചെടുത്ത കഷ്ണം പൊട്ടിച്ചു വിതറിയതാണ് നക്ഷത്രങ്ങളത്രയും എന്ന് അലമേലു പറഞ്ഞു തന്നിട്ടുണ്ട്. അപ്പോൾ രാത്രിയാവുന്നത് എങ്ങനെയാണ്...?

അതിന്റെ ഉത്തരം ബുൾബുളാണ് പറഞ്ഞുതന്നത്.

രാത്രിയാവുന്നത് സൂര്യൻ കമ്പിളി പുതയ്ക്കുമ്പോഴാണ്. പുതച്ച കമ്പിളി മാറ്റുമ്പോൾ പകലായി. ചില ദിവസങ്ങളിൽ സൂര്യന് നല്ല തണുപ്പ് തോന്നും. അപ്പോൾ കമ്പിളിയെടുത്ത് ആകാശം മുഴുവൻ മൂടും. അന്ന് അമ്പിളിമാമനെയും കാണില്ല. ഇന്ന് സൂര്യന് അത്ര കുളിരില്ലെന്നു തോന്നുന്നു. ആകാശത്ത് അമ്പിളിമാമനുണ്ട്. ധാരാളം നക്ഷത്രങ്ങളുണ്ട്. കറുത്തിട്ടും ആകാശത്തിനു നല്ല തിളക്കം. തിളക്കത്തിൽ ആകാശ ത്തിന്റെ അതിർത്തിവരെ പകൽപോലെ കാണാം.

രാത്രിയായാൽ കാക്കാലൻ പുറത്തിറങ്ങുമെന്നാണ് പിറ്റി പറഞ്ഞത്.

വാദ്യവും എടുത്ത് വരട്ടെയെന്നും പറഞ്ഞാണ് പിറ്റി പോയത്.

പിറ്റി അവിടെ എത്തിക്കാണുമോ എന്തോ...

ചിന്തു ഓരോന്നോർത്തു കിടന്നു. എത്രയെത്ര ആലോചിച്ചിട്ടും മഴവില്ല് കയ്യിൽ കിട്ടാത്ത ദുഃഖം മാത്രം മനസ്സിൽ നിറഞ്ഞു നിന്നു. ഇനി എപ്പോഴാണ് കാക്കാലൻ ചെപ്പ് തുറക്കുക? കൈവിട്ടുപോയ മഴവില്ല് കണ്ണുനിറയെ കാണാൻ കഴിയുക? കാക്കാലൻ എപ്പോഴാണ് ചിന്തുവിനെ തേടിയെത്തുക?

ബുൾബുൾ വന്ന് ചിന്തുവിന്റെ കൈപിടിച്ചു.

"എന്താ ബുൾബുൾ...?"

"എനിക്ക് അമ്പിളിമാമനെ പിടിച്ചു തരണം."

ബുൾബുൾ ചിന്തുവിന്റെ മടിയിൽ ഇരുന്നു. ബുൾബുൾ അമ്പിളിമാമനെ പെട്ടെന്നാണ് കണ്ടത്. മോട്ടിയുടെയും മറ്റുള്ളവരുടെയും കൂടെ കളിക്കുകയായിരുന്നു. ഓടിച്ചാടി പുൽപ്പരപ്പിൽ തലകുത്തി മറിയുമ്പോഴാണ് ആകാശം നോക്കിയത്.

ദാ... ആകാശത്ത് അമ്പിളിമാമൻ..!!

ഒക്കത്തെടുത്തും, ഊഞ്ഞാലിലാട്ടിയും പലരും പലപ്പോഴായി അമ്പിളിമാമനെ പിടിച്ചു തരട്ടേയെന്ന് ചോദിച്ചിട്ടുണ്ട്. ചോദിച്ചതല്ലാതെ ഒരാൾപോലും ഇതുവരെ പിടിച്ചു തന്നിട്ടില്ല. പിടിച്ചു തരട്ടെയെന്ന് ഒരിക്കൽ തോട്ടക്കാരനും ചോദിച്ചിരുന്നു.

പിടിച്ചു തരാൻ പറഞ്ഞപ്പോൾ ചിന്തു ഉണ്ടെങ്കിലേ പിടിക്കാൻ കഴിയൂ എന്നാണ് പറഞ്ഞത്. പിന്നെ ആയ ചോദിച്ചു. ഗൂർഖ ചോദിച്ചു. പിടിച്ചു തരാൻ പറഞ്ഞപ്പോൾ ഒരാൾക്കും ഉത്തരമില്ല. ഇനി വിടാൻവയ്യ. അമ്പിളിമാമനെ പിടിച്ചു തന്നേ പറ്റൂ.

ബുൾബുൾ വീണ്ടും പറഞ്ഞു.

"എനിക്കമ്പിളിമാമനെ പിടിച്ചുതാ."

ചിന്തു ആകാശത്തേക്കുനോക്കി. അമ്പിളിമാമൻ കുറച്ച് ഉയരത്തിലാണ്. എന്താണിപ്പോൾ ഒരു വഴി. ചോദിച്ചത് ബുൾബുളാണ്. തന്റെ പൊന്നനിയത്തി.

"പിടിച്ചുതന്നാൽ അധികനേരം കയ്യിൽ വെക്കാൻ പാടില്ല. വേഗം വിടണം."

ബുൾബുൾ തലകുലുക്കി. ചിന്തു ചുറ്റും നോക്കി. മോട്ടിയും കൂട്ടരും അകലെയാണ്. അവർ തകൃതിയായ കളിയിലാണ്. രാത്രിയാണോ പകലാണോ എന്ന ഒരു വിചാരവുമില്ല. ചിന്തു വിസിലടിച്ചു. എല്ലാവരും കളി നിർത്തി അവർക്കരികിൽ ഓടിയെത്തി. മോട്ടി കാര്യം തിരക്കി.

"എന്തിനാ വിസിലടിച്ചത്...?!"

"ബുൾബുളിന് അമ്പിളിമാമനെ പിടിച്ചുകൊടുക്കണത്രെ."

ഔവ്വക്കറും ഭാസ്കരനും പോക്കറും നെഞ്ചു വിരിച്ച് മുന്നോട്ടു വന്നു.

"ഞങ്ങള് റെഡി.."

ഞാൻ ഏറ്റവും താഴത്ത് നിൽക്കാം എന്ന് ഭാസ്കരൻ പറഞ്ഞു. ചിന്തു എന്റെ പുറത്ത് കയറിയാൽ മതി. എല്ലാവരുടെയും കനം ചിന്തു ഒറ്റയ്ക്ക് താങ്ങണ്ട.

പക്ഷേ ചിന്തു അതിന്ന് സമ്മതിച്ചില്ല.

ചിന്തു നടന്നു വന്ന് അമ്പിളിമാമന്റെ നേരെ താഴെ നിന്നു.

ചിന്തുവിന്റെ തോളിൽ ചവിട്ടി ഭാസ്കരൻ ചിന്തുവിനു മുകളിൽ കയറി നിന്നു.

ചിന്തുവിന്റെയും ഭാസ്കരന്റെയും തോളിൽ ചവിട്ടി ഔവ്വക്കർ കയറി.

ഔവ്വക്കറിന്റെ ചുമലിൽ പോക്കർ പെട്ടെന്ന് എത്തി.

പോക്കറാണ് മഹേഷിനെ താങ്ങിയത്.

അതങ്ങനെ ഉയർന്നുയർന്നു ഒരു മനുഷ്യക്കോവണി ആയി.

കുട്ടികളുടെ കോവണി.

ചിന്തു നല്ലവണ്ണം ബാലൻസ് പിടിച്ചു.

ചിന്തുവിന്റെ കാലടിക്കീഴിലെ പുൽക്കൊടികൾ ആ കാലടികളെ നിലത്തോട് ചേർത്തുകെട്ടി. ഇനി ചിന്തു അനങ്ങില്ല. കയറിക്കയറി അമ്പിളി മാമനെ പറിച്ചോ...

മോട്ടി കയറുമ്പോൾ ചിന്തു ശ്രദ്ധിച്ചു കയറാൻ പറഞ്ഞു. താഴെ വീണാലും പരുക്കൊന്നും പറ്റില്ല. ഈ പുൽപ്പരപ്പ് കുട്ടികളെ ചതിക്കില്ല. പക്ഷേ കോവണി പൊളിയും. വീണ്ടും ഓരോരുത്തരായി കയറണ്ടേ. കോവണി ഉയരുന്നത്കണ്ട് ബുൾബുൾ കയ്യടിച്ചു. ഇനി ഞാൻ... ഇനി ഞാൻ, എന്നവൾ പറഞ്ഞുകൊണ്ടിരുന്നു. ഒടുവിൽ എല്ലാവരും കയറിക്കഴിഞ്ഞ ശേഷമാണ് ബുൾബുളിന്ന് ഊഴം വന്നത്. അപ്പോൾ ഏറ്റവും മുകളിൽ ലില്ലി ആയിരുന്നു. അവളുടെ തലയ്ക്കു മുകളിൽ അവസാനം കയറി വരുന്ന ബുൾബുളിനെ കാത്തുകൊണ്ട് അമ്പിളിമാമനും .

ഏറ്റവും താഴെ വിരലോളം വലുപ്പത്തിൽ ഊഴവും കാത്തു നിൽക്കുന്ന ബുൾബുൾ ഓരോരുത്തരുടെ കൈ പിടിച്ചു പിടിച്ച് തോളിൽ ചവിട്ടിച്ച വിട്ടി സാവകാശം കോവണിയുടെ മുകളിലെത്തുന്നത് അമ്പിളിമാമൻ കണ്ടു നിന്നു. അവൾ കുഞ്ഞിക്കൈ നീട്ടാനായി കാത്തു നിന്നു. ബുൾബുൾ ആവേശത്തോടെ കയ്യെത്തിച്ച് അമ്പിളിമാമനെ പിടിച്ച് ഒന്നു പതുക്കെ വലിച്ചു. അമ്പിളിമാമൻ ബുൾബുളിന്റെ രണ്ടുകയ്യിലും ഇങ്ങു പോന്നു.

കുട്ടികളുടെ കോവണിയിൽ നിന്നും ഒരാരവം ഉയർന്നു.

സന്തോഷംകൊണ്ട് കൈയ്യടിക്കാൻ ചിലർ ഒരുങ്ങിയതും കോവണി ഒന്നുലഞ്ഞു.

കയ്യടിക്കല്ലേ...ന്ന് ചിന്തു വിളിച്ചു പറഞ്ഞതും എല്ലാരും പെട്ടെന്ന് പിടുത്തം മുറുക്കി. കോവണി ആടിയാടി നിന്നു.

ബുൾബുൾ അമ്പിളിമാമനെ താഴെ വീഴാതെ മുറുകെ പിടിച്ചു.

ആകെ ഒരു വലിയ പപ്പട വട്ടം വലുപ്പേ ഉള്ളൂ അമ്പിളിമാമന്...

വീണെങ്ങാനും പൊട്ടിയാ... പിന്നെ ആകാശത്തിലെ നക്ഷത്രങ്ങൾ തനിച്ചാവൂലേ..

കോവണിയുടെ ഉലച്ചിൽ നിന്നു.

ബുൾബുളിനും അമ്പിളമാമനും ശ്വാസം നേരെ വീണു.

അമ്പിളിമാമനെ പിടിച്ചുംകൊണ്ട് താഴെ ഇറങ്ങുവാൻ പ്രയാസമാണ്. ബുൾബുൾ അമ്പിളിമാമനെ ലില്ലിയുടെ കയ്യിൽ കൊടുത്തു. അവൾ ടിറ്റിക്കു കൊടുത്തു. ടിറ്റി വീവയ്ക്ക് കൊടുത്തു. വീവ ബ്രിജേഷിനു നീട്ടി...

കൈമാറി കൈമാറി പോകവേ ഓരോരുത്തരും അടുത്തയാളോടു പറഞ്ഞുകൊണ്ടിരുന്നു.

"താഴെ വീഴല്ലേ... പൊട്ടിക്കല്ലേ..."

കൈപിടിച്ച് കൈപിടിച്ച് ബുൾബുൾ താഴെയിറങ്ങിവന്ന് ചിന്തുവിന്റെ കയ്യിൽ നിന്നും അമ്പിളിമാമനെ വാങ്ങി. എത്ര കാലമാണ് ഇതിന്നു വേണ്ടി കാത്തിരുന്നത്. പിടിച്ചു തരാൻ പലരോടും പറഞ്ഞിട്ടും ഒടുവിൽ ബുൾബുൾ തന്നെ അമ്പിളിമാമനെ പിടിച്ചില്ലേ. ഓരോരുത്തരായി ഇറങ്ങിയിറങ്ങി കോവണി ചുരുങ്ങി. ഒടുവിൽ എല്ലാവരും ബുൾബുളിന്റെ ചുറ്റും കൂടി.

"ഹായ് നല്ല രസം...!!"

"നഖം മുറിച്ചതുപോലെയുണ്ട്...!!"

"മോട്ടിയുടെ കണ്ണുകൾ പോലെയുണ്ട്..!!"

"തുമ്പപ്പൂപോലെയുണ്ട്...!!"

"അല്ലല്ല.....ദാ....നോക്ക് ബുൾബുൾ ചിരിക്കുന്നതുപോലെയുണ്ട്..!!"

അമ്പിളിമാമൻ എല്ലാം കേട്ടു.

ഒന്നും പറഞ്ഞില്ല.

എല്ലാവരും നോക്കിയിട്ടും

എല്ലാവരും കണ്ടിട്ടും

ആരും അമ്പിളിമാമൻ അമ്പിളിമാമനെപ്പോലെയുണ്ടെന്നു മാത്രം പറഞ്ഞില്ല.

അതായിരുന്നു അമ്പിളിമാമന്റെ ഒരേയൊരു ദുഃഖം.

ബുൾബുൾ അമ്പിളിമാമനെ നെഞ്ചോടു ചേർത്തു പിടിച്ചു. പിന്നെ തലയ്ക്കു മീതെ വെച്ചു. നിലത്തെടുത്തു വെച്ച് ചുറ്റും നടന്ന് കുറച്ചു നേരം നോക്കി നിന്നു. നിലത്ത് കാൽ നീട്ടിയിരുന്ന് മടിയിൽ എടുത്തു വെച്ചു.

അപ്പോൾ അകലെനിന്നും വാദ്യമേളം കേട്ടു തുടങ്ങി.

അകലെ വെളിച്ചം തെളിഞ്ഞു.

തുള്ളിക്കളിച്ചുകൊണ്ടും തന്നാനം പാടിക്കൊണ്ടും കാക്കാലനും സംഘവും വരുന്നു. പിറ്റി അകലെ നിന്നും കൈവീശി. ബുൾബുൾ അതു കണ്ടു. ചിന്തു ഉച്ചത്തിൽ വിളിച്ചു പറഞ്ഞു.

"കാക്കാലൻ വരുന്നു..!!. കാക്കാലൻ വരുന്നു...!!"

പാതി കേൾക്കേണ്ട താമസം. എല്ലാവരും കാക്കാലന്റെ അരികിലേക്കോടി. ചിന്തുവും ബുൾബുളും മോട്ടിയും പിന്നെ അമ്പിളിമാമനും മാത്രം ബാക്കിയായി. അമ്പിളിമാമനെയും എടുത്തു അവർക്കരികിലേക്ക് ഓടിയാലോ എന്ന് ബുൾബുൾ ഒരു നിമിഷം ഓർത്തു. ചിന്തു അതിന് സമ്മതിച്ചില്ല. വേണ്ട അമ്പിളിമാമനെ ആകാശത്തുതന്നെ വെയ്ക്കാം.

പക്ഷേ എങ്ങിനെ വെക്കും...? മേൽക്കുമേൽ കയറി നിൽക്കേണ്ടവരെല്ലാം വാദ്യം കേട്ടതും ഓടിയില്ലേ...

ഉയർത്തിപ്പിടിച്ച് പിടിവിട്ടാൽ മതിയെന്ന് അമ്പിളിമാമൻ ചിന്തുവിനോട് സ്വകാര്യം പറഞ്ഞു. ചിന്തു അങ്ങനെ തന്നെ ചെയ്തു. പിടിവിട്ടു കിട്ടിയതും അവർക്കു ചുറ്റും ഒന്നു വട്ടമിട്ടു പറന്ന് അമ്പിളിമാമൻ പതുക്കെപ്പതുക്കെ ഉയർന്നുയർന്നു പഴയ സ്ഥാനത്തുതന്നെ ചെന്ന് ഇരുന്നു. തെല്ലിട അവർ അമ്പിളിമാമനെ നോക്കി നിന്നു. പിന്നെ അടുത്തെത്താറായ കാക്കാലനു നേരെ ഓടിച്ചെന്നു.

തകൃതിയായി താളംകൊട്ടുകയാണ് പിറ്റി. എന്നാലും കാക്കാലന്ന് ഒരു ഉഷാറില്ലാത്തപോലെ. കണ്ണുകൾ താഴെ എന്തോ തിരയുന്നു. കാക്കാലൻ മാത്രമല്ല എല്ലാവരുടെയും നോട്ടം താഴേക്കുതന്നെ.

ചിന്തു ഓടിവന്ന് കാക്കാലന്റെ കൈ പിടിച്ചു.

"എവിടെ. മഴവില്ല്....?

എനിക്കു കാണിച്ചുതരാമെന്നു പറഞ്ഞ മഴവില്ല്...?"

കാക്കാലൻ ചിന്തുവിന്റെ ഇരുകവിളും തഴുകി വിഷമിച്ചു നിന്നു. കാക്കാലന്റെ കണ്ണുകൾ നിറഞ്ഞത് ചിന്തു കണ്ടു. ചിന്തുവിന് ആകെ പരിഭ്രമമായി.

എന്തിനാണ് കാക്കാലൻ കരയുന്നത്. മഴവില്ല് ചോദിച്ചതുകൊണ്ടാണോ.

"എന്തിനാ കരയുന്നത്...?"

"മഴവില്ല് വെച്ച ചെപ്പിന്റെ താക്കോൽ എവിടെയോ എങ്ങിനെയോ കളഞ്ഞുപോയി."

ചിന്തു ഉള്ളിൽ ഒന്നു ഞെട്ടി.

താക്കോൽ പോയെന്നോ...?!

അപ്പോൾ ഇനി ചെപ്പെങ്ങിനെ തുറക്കും..?

എങ്ങനെ മഴവില്ല് പുറത്തെടുക്കും..?

കാക്കാലനും കൂട്ടരും ദുഃഖത്തോടെ വീണ്ടും തിരച്ചിൽ തുടങ്ങി. പിറ്റി വാദ്യം കൊട്ടികൊണ്ടേയിരുന്നു. പിറ്റിയുടെ വാദ്യം കേട്ടാൽ ആകാശത്ത് പറന്നു നടന്ന് താക്കോൽ തിരയുന്ന പൂമ്പാറ്റകൾക്ക് താഴെ അവരുള്ള സ്ഥാനം തിരിച്ചറിയാം. താക്കോൽ കണ്ടെത്തിയാൽ പറന്നു വന്ന് വിവരം പറയാം.

ചിന്തുവും മോട്ടിയും ബുൾബുളും കൂട്ടത്തിൽകൂടി. മോട്ടി ബുൾ ബുളിന്റെ കൈപിടിച്ചു. താക്കോൽ തിരയുന്നതിനിടയിൽ ബുൾബുൾ ഏതെങ്കിലും വഴിക്കായാൽ പിന്നെ അവളെയും തിരഞ്ഞു നടക്കേണ്ടി വരും. ബുൾബുൾ അങ്ങനെയാണ്. കൂട്ടത്തിൽ മോട്ടിയുണ്ടോ ചിന്തു വുണ്ടോ എന്നൊന്നും നോക്കില്ല. ഒറ്റ നടത്തമാണ്. എത്തുന്നിടത്ത് എത്തിയാലായി.

ചിന്തു വീണ്ടും കാക്കാലന്റെ കൈപിടിച്ചു.

“എപ്പോഴാണ് താക്കോല് പോയത്...?”

“ഇന്നാളൊരു ദിവസം.”

“എങ്ങനെയാണ് പോയത്..?”

“കളഞ്ഞുപോയി.”

“എങ്ങനെയാണ് കളഞ്ഞത്...?”

“ഉറക്കത്തിലാണ് കളഞ്ഞത്..”

“എങ്ങനെയാ ഉറങ്ങിയത്..?”

“മരത്തിന്റെ വള്ളിയിൽ കിടന്ന് ഊഞ്ഞാലാടിയാ ഉറങ്ങിയത്..”

“ഏതു മരത്തിന്റെ വള്ളിയിൽ..?”

“എത്താക്കാട്ടിലെ മരത്തിന്റെ വള്ളിയിൽ..?”

“എന്നാൽ ആ മരത്തിന്റെ ചുവട്ടിൽ താക്കോൽ കാണും.”

“അവിടെയെങ്ങും ഇല്ല. വീണിടത്തുനിന്നും താക്കോൽ ഉരുണ്ടുരുണ്ട് എങ്ങോ പോയി കിടന്നൂത്രെ...”

“അതാരാ പറഞ്ഞത്..?”

“എഴുനൂറു ഉറുമ്പുകൾ.”

“എന്നാൽ അവയുടെ മാളത്തിൽ കാണും.”

“മാളത്തിലില്ല ചിന്തൂ. മാളത്തിന്റെ അറ്റംവരെ ഉറുമ്പുകൾ ഇറങ്ങി ച്ചെന്നുനോക്കി.”

ചിന്തു ഒന്നുകൂടി ആലോചിച്ചു നിന്നു.

വീണ്ടും കാക്കാലന്റെ കൈപിടിച്ചു.

"താക്കോൽ കണ്ടാൽ എങ്ങിനുണ്ട്...?"

കാക്കാലൻ ചെറുവിരൽ നീട്ടിക്കാട്ടി.

"ഇതുപോലെുണ്ട്."

"എന്തിനെക്കൊണ്ട് ഉണ്ടാക്കിയ താക്കോലാ...?"

"വെള്ളാരം കല്ലുകൊണ്ട്."

"താക്കോല് വികൃതി കാണിക്ക്യോ...?"

"ഉം. മഹാവികൃതിയാ. ആരെങ്കിലും കണ്ടുപിടിക്കാൻ വരുന്നുണ്ടെന്നറിഞ്ഞാൽ ചെറുതായി കടുകുമണിയോളം ചെറുതാവും. ഉരുണ്ടുരുണ്ടു പോകും.പുല്ലിന്നടിയിൽ മറഞ്ഞു നിൽക്കും. വെള്ളത്തിൽ നീന്തും."

"അതെന്തിനാ വികൃതി കാണിക്കുന്നത്...?"

"ചെപ്പിനകത്ത് മഴവില്ലായതുകൊണ്ടുള്ള സന്തോഷാ."

പിന്നീട് കുറച്ചു നേരം കാക്കാലൻ ഒന്നും പറഞ്ഞില്ല.

പിറ്റിയുടെ വാദ്യം മാത്രം നിരന്തരം ശബ്ദിച്ചു.

മൂകരായി ഓരോരുത്തരും പുല്ലുകൾ വകഞ്ഞു മാറ്റി. ഇലകൾ എടുത്തു മാറ്റി താക്കോൽ തിരഞ്ഞു. അവരുടെ കാലടി ശബ്ദവും, വകയുന്ന പുല്ലിന്റെ ഇക്കിളി ശബ്ദവും മാത്രം എല്ലാവരും കേട്ടുകൊണ്ടിരുന്നു.

പന്ത്രണ്ട്

നെഞ്ചിനുള്ളിൽ വാദ്യം ഉണ്ട്

കാക്കാലൻ ഇടയ്ക്കിടെ കണ്ണു തുടച്ചു.

ഇടയ്ക്കിടെ ചിന്തുവിന്റെ കൈ പിടിച്ചു. ഇടയ്ക്കിടെ ആകാശത്തേക്കു കണ്ണയച്ചു. പൂമ്പാറ്റകൾ വരുന്നുണ്ടോ? അപ്പോൾ എത്താക്കാട്ടിലെ മരത്തിന്റെ വള്ളിയിൽ ഊഞ്ഞാലാടിയുറങ്ങിയ കാക്കാലന്റെ അരപ്പട്ടയിൽ നിന്നും വഴുതി വീണ താക്കോൽ ഏതോ പുല്ലിന്നടിയിൽ എല്ലാം കണ്ടുകൊണ്ട് ഉള്ളിൽ നിറയെ ഇളം ചിരിയോടെ ഒളിച്ചു കിടന്നു.

തിരയട്ടെ. എന്നെ തിരയട്ടെ. ഒരു മഴവില്ലുകാണാനുള്ള ധൃതിയല്ലേ. തിരയട്ടെ.

ചിന്തു പിന്നേം കാക്കാലന്റെ കൈപിടിച്ചു.

"കരയണ്ടട്ടോ. നോക്കിക്കോ, താക്കോല് കയ്യിൽ തന്നെ വരും. ഇങ്ങനെ ഒളിച്ചുകിടക്കുന്നതുകൊണ്ട് താക്കോലിനെന്താ ഒരു ഗുണം? അതിലും നല്ലത് മഴവില്ലിന്റെ ചെപ്പിന് കാവൽ നിൽക്കുന്നതല്ലേ. താക്കോൽ കയ്യിൽവരും. തീർച്ച. കരയണ്ടട്ടോ."

പുല്ലിന്നിടയിൽ ഒളിച്ചിരിക്കുന്ന താക്കോൽ അത് കേട്ടു. ഒന്നും മിണ്ടിയില്ല. ചിന്തുവിന്റെ സംസാരം കേട്ടതും കാക്കാലന്ന് അതിയായ സന്തോഷം തോന്നി. ആദ്യമായിട്ടാണ് ഒരാൾ ആശ്വസിപ്പിക്കുന്നത്. ശുഭപ്രതീക്ഷ നേരുന്നത്. കണ്ണു തുടച്ച് കാക്കാലൻ ചിന്തുവിനെ എടുത്തുയർത്തി.

"ചിന്തു പറഞ്ഞത് ശരിയാണ്. താക്കോൽ എന്റെ കയ്യിൽ തന്നെ വരും. ഞനാ ചെപ്പ് തുറക്കും. മഴവില്ലെടുത്ത് ചിന്തുവിന്റെ കയ്യിൽ വെച്ചു തരും. ചിന്തുവിന് കണ്ണു നിറയെ കാണാം. പൊട്ടിച്ചു പൊട്ടിച്ച് ചങ്ങാതിമാർക്കോരോരുത്തർക്കും കൊടുക്കാം. ചീന്തിയെടുത്ത് നാരാക്കാം. നാരുകൾ കോർത്ത് മോതിരവും മാലകളും ഉണ്ടാക്കാം. ഉരുക്കിയെടുത്ത് മൂശയിലൊഴിച്ച് കിരീടം വാർക്കാം. കിരീടം തച്ചു പൊടിച്ച് ആ പൊടി വാരിയെടുത്ത് ആകാശത്തിൽ വിതറി നക്ഷത്രങ്ങളെ മൂടാം. പൊടി വാരിയ കൈകൾ കുപ്പായത്തിൽ തുടച്ച് ആകെ മിനുങ്ങാം."

കുട്ടികൾ ആർത്തു വിളിച്ചു. പിറ്റി തപ്പുകൊട്ടുന്നത് നിർത്തി സന്തോ ഷത്തോടെ കൈയടിച്ചു. താക്കോൽ വരും. താക്കോൽ കാക്കാലനെ തേടി വരും. മറ്റാരും പറഞ്ഞതല്ല. ചിന്തുവാണ് പറഞ്ഞത്. ചിന്തു പറഞ്ഞത് കേട്ട് കാക്കാലനും അത് തന്നെ പറഞ്ഞു. കാക്കാലന്റെ കയ്യിൽ തിരിച്ചെ ത്താതെ താക്കോലിന്ന് വേറെയെങ്ങും പോവാൻ വഴിയില്ല. അതെത്ര കാലം ഒളിച്ചു കിടക്കും. എങ്ങനെ ഒളിച്ചു കിടക്കും? അതും താക്കോൽ കേട്ടു. ഒളിച്ചിരുന്നതല്ലാതെ ഒന്നും മിണ്ടിയില്ല.

ചിന്തു ബുൾബുളിനെ കാക്കാലന്ന് പരിചയപ്പെടുത്തി.

"ഇവൾ ബുൾബുളാണ്. എന്റെ പൊന്നനിയത്തി."

"ഞാനെന്നേ ബുൾബുളിനെ പരിചയപ്പെട്ടു!!"

"എന്നാൽ ഇതെന്റെ ചേച്ചിയാണ്."

"ഞാനെന്നേ ചേച്ചിയെ പരിചയപ്പെട്ടു!!"

"അപ്പോൾ അലമേലുവിനെയോ..?"

"അലമേലുവല്ലേ മോട്ടിയേയും ബുൾബുളിനേയും ഇവിടെ കൊണ്ടു വന്നത്..!!"

"അപ്പോൾ മറ്റുള്ളവരോ..?"

"മറ്റുള്ളവർ വന്നത് പിറ്റിയോടൊപ്പമല്ലേ...!!"

"അപ്പോൾ അവസാനം വന്നതാരാ..?!"

"അവസാനം വന്നത് ചിന്തു..."

"ഞാനെങ്ങനെയാ അവസാനം എത്തിയത്...?!"

"ചിന്തു വണ്ടിയിൽ കിടന്നുറങ്ങിയിട്ടല്ലേ. ആദ്യം ഇവിടെയെത്തിയ പ്പോൾ ചിന്തു കുതിരവണ്ടിയിൽ ഇരുന്ന് നന്നായി ഉറങ്ങി. വണ്ടിക്കാരൻ ഉണർത്തിയില്ല. ഒന്നുകൂടി ഊരുചുറ്റി വന്നപ്പോൾ ചിന്തുവുണ്ട് അപ്പോഴും ഉറങ്ങുന്നു. പിന്നെ രക്ഷയില്ലാതെ ഉണർത്തി...."

"ശ്ശെ... വല്ലാത്തൊരു ഉറക്കമായിപ്പോയി."

ചിന്തു ദേഷ്യത്തോടെ സ്വയം തലയ്ക്കടിച്ചു.

കാക്കാലൻ അവനെ ആശ്വസിപ്പിച്ചു.

"സാരമില്ല. ആദ്യമെത്തുന്നതും അവസാനമെത്തുന്നതും ഒരുപോലെ. ഈ നാട്ടിൽ എല്ലാ കുട്ടികളുടെ കൗതുകവും ഒന്നുപോലെ.."

കാക്കാലന്റെ ദുഃഖം ഇല്ലാതായതും എല്ലാവരും ചെറുസംഘങ്ങളായി കളി തുടങ്ങി. ഇന്ന കളി എന്നൊന്നുമില്ല. എന്തെങ്കിലും ഒരു കളി. പിറ്റി വാദ്യം എടുത്ത് ഒരിടത്തു വെച്ചു. ഇനിയിപ്പോൾ താക്കോൽ തിരയേ ണ്ടല്ലോ. അതുകൊണ്ട് വാദ്യവും കൊട്ടേണ്ടല്ലോ.

കളി തുടങ്ങിയതേയുള്ളൂ. അപ്പോഴേക്കും ഒരു പൂമ്പാറ്റ അവിടെ പറന്നെത്തി പിറ്റി നിലത്തു വെച്ച വാദ്യത്തിനു മുകളിൽ വന്നിരുന്ന് ചിറക് വീശിയടിച്ച് വാദ്യംകൊട്ടി. എന്താ കാര്യം എന്നായി കാക്കാലൻ. പൂമ്പാറ്റ കാര്യം പറഞ്ഞു.

"പുതുമഴയ്ക്ക് മാത്രം പൂക്കൾ വിരിയുന്ന മലയുടെ താഴ്വരയിൽ പൂക്കളിലൊന്നിന്റെ ഇടയിൽ താക്കോൽ ഒളിച്ചിരിക്കുന്നു."

കാക്കാലനും ചിന്തുവിനും ആകാംക്ഷയായി.

"താക്കോൽ നിന്നെ കണ്ടുവോ...?!"

കാക്കാലൻ പൂമ്പാറ്റയോട് ചോദിച്ചു.

"കണ്ടു. എന്നെ കണ്ടപ്പോൾ എനിക്കെടുത്തു കൊണ്ടുവരാൻ കഴിയാത്തവിധം വളർന്നു വലുതായി.."

"എന്നാൽ നിനക്കും വലുതാവാമായിരുന്നില്ലേ..?"

"ആവാമായിരുന്നു. പക്ഷേ, ഞാൻ ആ മന്ത്രം മറന്നു പോയി..."

കാക്കാലന്ന് ചിരിവന്നു.

മന്ത്രം മറക്കുവാൻ പൂമ്പാറ്റ കണ്ട ഒരു നേരം.

ഇനിയിപ്പോൾ ചെന്നു നോക്കുമ്പോൾ താക്കോൽ അവിടെതന്നെ ഉണ്ടാവുമെന്ന് എന്താണുറപ്പ്. അതിന്നും നിവൃത്തി കണ്ടുവെച്ചിട്ടുണ്ടെന്ന് പൂമ്പാറ്റ പറഞ്ഞു.

"കുറെ ചങ്ങാതിമാരെ താക്കോൽ ഇനി എവിടേക്കു മാറുന്നുവെന്ന് നോക്കുവാൻ അവിടെ നിർത്തിയിട്ടുണ്ട്."

കാക്കാലൻ അപ്പോഴും ചിരിച്ചു. ചങ്ങാതിമാർ നോക്കാനുണ്ടെന്നറിഞ്ഞാൽ താക്കോൽ ചെറുതായി ചെറുതായി എവിടെയെങ്കിലും ഒളിക്കും. പൂമ്പാറ്റ പറഞ്ഞതല്ലേ, അവിടെവരെ ചെന്നുനോക്കാം എന്ന് പിറ്റി പറഞ്ഞു. പക്ഷേ ഒരു പൂമ്പാറ്റയുടെ പുറത്ത് എല്ലാവരും ഒന്നിച്ചെങ്ങനെ കയറും. കാക്കാലൻ അതിനും വഴികണ്ടു.

"ഞാൻ മാത്രം പോകാം. നിങ്ങൾ ഇവിടെതന്നെ ഇരിക്കിൻ. എന്താ..?"

ആരും എതിരുപറഞ്ഞില്ല. പൂമ്പാറ്റപ്പുറത്തു കയറി പുതുമഴയ്ക്ക് പൂക്കൾ മുളയ്ക്കുന്ന മലയിലേക്ക് കാക്കാലൻ പറന്നു പോകുമ്പോൾ താക്കോൽ കണ്ടുപിടിക്കാൻ കാക്കാലന്ന് കഴിയണേ എന്നുമാത്രം ചിന്തു പ്രാർത്ഥിച്ചു.

പിറ്റി ചിന്തുവിനെ തലോടി.

"താക്കോൽ കണ്ടുപിടിക്കാതെ, ആ മഴവില്ലെടുത്ത് ചിന്തുവിന്റെ കയ്യിൽ വെച്ചു തരാതെ എന്റെ യജമാനന്ന് ഇനി ഉറക്കമുണ്ടാവില്ല."

ചിന്തു ചിരിച്ചു. മഴവില്ലു കിട്ടിയില്ലെങ്കിലും പിറ്റി പറയുന്നത് കേൾക്കാനെങ്കിലും ഒരു സുഖമില്ലേ. അതുമതി. ചിന്തൂന്ന് നിന്നെപ്പോലെ ഒരു

ചങ്ങാതിയെ ഇതുവരെ കിട്ടിയിട്ടില്ല. നിന്നെപ്പോലെ ഒരു ചങ്ങാതിയെ ആരും തന്നിട്ടില്ല. അത് നിനക്കറിയുമോ പിറ്റി?

ചിന്തു മനസ്സിൽ പറഞ്ഞത് പിറ്റി കേട്ടു.

പിറ്റി ചിന്തൂനെ കെട്ടിപ്പിടിച്ചു.

നെഞ്ഞോട് ചേർത്തപ്പോൾ പിറ്റി ചിന്തുവിന്റെ ഹൃദയം മിടിക്കുന്ന ശബ്ദം പിറ്റി കേട്ടു. അകത്തു നിന്നും ഒരു വാദ്യം മുഴങ്ങുന്നപോലെ. ചിന്തുവിന്റെ മനസ്സിനുള്ളിലെ ആ വാദ്യത്തിൽ മാത്രമായിരുന്നു അപ്പോൾ പിറ്റിയുടെ ശ്രദ്ധ.

അതാരാണ് ചിന്തുവിന്റെ ഉള്ളിലിരുന്ന് വാദ്യം കൊട്ടുന്നത്?

തക്കിട തരികിട തക്കിട തരികിട .....

മനുഷ്യരുടെ മനസ്സും താളം പിടിക്കാറുണ്ടോ....

പിറ്റിക്ക് അത് പുതിയ അറിവായിരുന്നു.

"എന്താ കേൾക്കുന്നത്..?"

ചിന്തു ചോദിച്ചു.

"ചിന്തൂന്റെ ഉള്ളിൽ ആരോ വാദ്യം കൊട്ടുന്നു."

"ഞാൻ കേൾക്കണില്ലല്ലോ."

"ഞാൻ കേൾക്കണ്ണ്ട്..."

ചിന്തു പിറ്റിയെ കെട്ടിപ്പിടിച്ചു.

നെഞ്ചിൽ കാത് ചേർത്തു.

പിറ്റിക്കുള്ളിൽ നിന്നും തക്കിട തരികിട...!!

ചിന്തു പുഞ്ചിരിക്കുന്നത് കണ്ട് പിറ്റിയും ചോദിച്ചു.

"എന്താ കേൾക്കുന്നത്...?"

"പിറ്റീടെ ഉള്ളിലും ആരോ വാദ്യം കൊട്ടുന്നു."

"ഞാൻ കേൾക്കണില്ലല്ലോ..."

"ഞാൻ കേൾക്കണ്ണ്ട്..."

പരസ്പരം കെട്ടിപ്പിടിച്ചു ആകാശവും ഭൂമിയും നോക്കി ഇരിക്കേ, അവർക്കു ചുറ്റും രാത്രി ആകാശത്തിൽ അലിഞ്ഞമർന്നു. സൂര്യൻ ഉദിച്ചു. കഴുകി തുടച്ചപോലെ നക്ഷത്രങ്ങളും അമ്പിളിമാമനും അവ്യക്തമായി. പകരം നിറമുള്ള മേഘങ്ങൾ നിരന്നു നിന്നു.

ചിന്തു പിറ്റിയോട് ചോദിച്ചു.

"യജമാനൻ അവിടെ എത്തിക്കാണുമോ? താക്കോൽ കണ്ടുപിടിച്ചു കാണുമോ?"

പതിമ്മൂന്ന്
ടിഷ്പു

പുതുതായി സംഘത്തിൽ വന്നു ചേർന്ന ഒരു കുട്ടിയുടെ കൈപിടിച്ചു കൊണ്ട് ഭാസ്കരനും സംഘവും ചിന്തുവിന്റെയും പിറ്റിയുടെയും അരികിലെത്തി. അപ്പോൾ പിറ്റിയും ചിന്തുവും നല്ല ഉറക്കത്തിലായിരുന്നു പിറ്റിയുടെ വാദ്യം തലയിണയാക്കിയാണ് ചിന്തുവിന്റെ കിടത്തം. ചിന്തുവിന്റെ മടിയിലേക്ക് തലവെച്ചാണ് പിറ്റിയുടെ കിടത്തം.

എല്ലാവരും തെല്ലിട നേരം ആ ഉറക്കം നോക്കി നിന്നു. ഭാസ്കരൻ ചിന്തുവിനെ ഉണർത്താനായി വാദ്യത്തിൽ രണ്ടു വട്ടം കൊട്ടി. ശബ്ദം കേട്ടതും ചിന്തു ഉണർന്നു.

വാദ്യത്തിൽ തൊടേണ്ട താമസം ചിന്തുവിനു മുൻപേ പിറ്റിയും ഉണർന്നു.

സംഘം നിന്നു ചിരിച്ചു.

ഭാസ്കരൻ പുതിയ ആളെ പിറ്റിക്കും ചിന്തുവിനും പരിചയപ്പെടുത്തി.

"പുതിയ ആളാ പേര് ടിഷ്പു.."

ചിന്തുവിനൊരു പിടിയും കിട്ടിയില്ല.

പിറ്റി തല ചൊറിഞ്ഞു.

"ടിഷ്പുവോ അതെന്തു പേരാണ്...!!"

ടിഷ്പു ചിരിച്ചു. അവൻ ആ ചോദ്യം പ്രതീക്ഷിച്ചതാണ്. പേരു പറഞ്ഞു കേട്ടപ്പോൾ തന്നെ പേര് തന്ന അച്ഛനോടും അമ്മയോടും എന്താണീ പേരിന്റെ അർത്ഥമെന്ന് ചോദിച്ചിരുന്നു. ആർക്കും അർത്ഥം അറിയില്ലായിരുന്നു. കേൾക്കാൻ നല്ല രസമില്ലെയെന്ന് അമ്മ പറഞ്ഞു. ഏതോ പച്ചക്കറിയുടെ പേരാണന്ന് ടീച്ചർ പറഞ്ഞു. എവിടെയും കിട്ടാത്ത പേരാണെന്ന് ചങ്ങാതിമാരൊക്കെ തമാശ പറഞ്ഞു.

ഒടുവിൽ ഇവിടെയും അതേ ചോദ്യം.

ടിഷ്പു എന്ന് പറഞ്ഞാൽ... അതെന്തു പേരാ...?

ടിഷ്പു കൈ മലർത്തി.

"എനിക്കറിയില്ലപ്പാ.....!!!"

"ആണോ പെണ്ണോ...?!"

ഉത്തരം കൊടുക്കാനായി ടിഷ്പു കാലുറയുടെ ചരടഴിച്ച് താഴേക്കൊന്നു നോക്കി.

പിന്നെ സന്തോഷത്തോടെ വിളിച്ചു പറഞ്ഞു.

"ആണാണ്......!"

ഔവ്വക്കർ കയ്യടിച്ചു.

"പഷ്ട്..."

ടിഷ്പു ധൃതി കൂട്ടി.

"എനിക്ക് വേഗം പോവണം. നിങ്ങളെയൊക്കെ ഒന്ന് പരിചയപ്പെടാൻ വന്നതാണ്. പരിചയപ്പെട്ട സ്ഥിതിക്ക് ഇനി ഒരു ഫോട്ടോയും എടുത്ത് ഞാൻ തൽക്കാലം സ്ഥലം വിടും. നാളെ ചേച്ചിയുടെ കല്യാണമുണ്ട്. അതിന്നു പോവാതിരിക്കാൻ വയ്യ.."

ഫോട്ടോ എടുക്കുന്ന കാര്യം കേട്ടപ്പോൾ എല്ലാവർക്കും ഉത്സാഹമായി.

എങ്ങനെ എടുക്കും...?

എവിടെവെച്ച് എടുക്കും...?

ടിഷ്പു ധൃതി കൂട്ടി.

"നിങ്ങൾ ശരിയായി നിന്നു തന്നാൽ മതി. എടുക്കുന്ന കാര്യം ഞാനേറ്റു. ആരെങ്കിലും ഒരാൾ എല്ലാരേയും നേരെ നിർത്ത്. എനിക്ക് വേഗം പോണം."

സംശയിച്ചു നിന്നവരെ ഭാസ്കരൻ തന്നെ മുൻകൈ എടുത്ത് വരി വരിയായി നിർത്തി. പിറ്റി വാദ്യവും പിടിച്ച് മുന്നിൽ നിന്നു. ചിന്തു നിലത്ത് ഇരുന്നു. ഔവ്വക്കർ കൈകുത്തി നിന്നു. ബ്രിജേഷ് അവനെ ചാരിനിന്നു. ടിഷ്പു അവർക്കു മുന്നിൽ ഇടംവലം ധൃതിയിൽ നടന്ന് തിരക്കു കാണിച്ചു. വേഗം വേഗംന്ന് പറഞ്ഞുകൊണ്ടിരുന്നു.

എല്ലാവരേയും നിർത്തി നിർത്തി ഭാസ്കരൻ തളർന്നു.

ഒടുവിൽ ഓടി വന്ന് ചിന്തുവിന്റെ അരികിൽ ഇരിക്കുമ്പോഴാണ് ചിന്തൂന്റെ ചോദ്യം.

"ചേച്ചിയും ബുൾബുളും എവിടെ...?"

അപ്പോഴാണ് ഭാസ്കരനും അത് ശ്രദ്ധിച്ചത്.

സംഘത്തിൽ മോട്ടിയും ബുൾബുളും ഇല്ല.

അവരെവിടെപ്പോയി...?!!

ചിന്തു എഴുന്നേൽക്കാൻ ശ്രമിച്ചു.

പിറ്റി പിടിച്ചിരുത്തി.

"അവർ എവിടെയെങ്കിലും പോയിട്ടുണ്ടാവും."

"എവിടെ പോയിട്ടുണ്ടാവും..?"

"എവിടെയെങ്കിലും."

ഭാസ്കരൻ ഒന്നുകൂടി നോക്കി. അവർ രണ്ടുപേർ മാത്രമല്ല അല മേലുവും ഇല്ല. അവർ ഈ ഫോട്ടോ എടുക്കുന്ന നേരം തന്നെ നോക്കി എവിടെപ്പോയി?!

ചിന്തു മനസ്സമാധാനമില്ലാതെ ഇരുന്നു.

ടിഷ്പു ചോദിച്ചു.

"എല്ലാവരും റെഡിയായോ...?"

ഭാസ്കരൻ തല കുലുക്കി. പിറ്റി വാദ്യം കൊട്ടി റെഡിയായെന്ന റിയിച്ചു. ചിന്തു ഇരുന്നിടത്തുനിന്നും, ഫോട്ടോ എടുക്കുവാൻ ഒരുങ്ങിനിൽക്കുന്നവർക്കിടയിൽ ബുൾബുളിനെയും മോട്ടിയെയും തിരഞ്ഞു.

അവരെവിടെ.?!!

എന്റെ ചേച്ചിയും അനിയത്തിയും എവിടെ...?!!

ടിഷ്പു അതൊന്നുമറിയാതെ, അവർക്കുമുന്നിൽ ഫോട്ടോ എടുക്ക നായി ഏകാഗ്രതയോടെ നിന്നു. സംഘം നോക്കിനിന്നു. ടിഷ്പു പതുക്കെപ്പതുക്കെ കൈ താഴ്ത്തി റെഡീ... റെഡീ.. എന്നു പറഞ്ഞു കൊണ്ട് പെട്ടെന്ന് കാലുറ ഒന്ന് താഴ്ത്തി ഉയർത്തി ക്ലിക്ക് എന്ന ശബ്ദം ഉണ്ടാക്കി...

ഫോട്ടോ റെഡി.., !!

സംഘം ഉച്ചത്തിൽ കൂവിയാർത്തു.

കാലുറ ഉയർത്തി താഴ്ത്തിയതും എടുത്ത ഫോട്ടോയുമായി ടിഷ്പു, ഒറ്റ ഓട്ടം..!! സംഘം ചിതറിത്തെറിച്ച് അവന്നു പിറകെ ഓട്ട മായി.

അവർ ഓടിയോടി അകലുന്നതും നോക്കി. പിറ്റിയും ചിന്തുവും നിന്നു.

ചിന്തു പിറ്റിയുടെ ചുമലിൽ കൈവെച്ചു.

"പിറ്റി എന്റെ ചേച്ചിയും ബുൾബുളും എവിടെ...?"

പിറ്റിയും ചുറ്റും തിരഞ്ഞു.

എവിടെയും ബുൾബുളും മോട്ടിയും ഇല്ല.

ചിന്തു വിതുമ്പി.

പിറ്റി ചിന്തൂന്റെ കൈപിടിച്ച് കാക്കാലന്റെ വീട്ടിലേക്കു നടന്നു.

"വാ.. അവര് യജമാനന്റെ വീട്ടിൽ കാണും. നമുക്ക് നോക്കാം."

അവർ ധൃതിയിൽ നടന്നു. നടത്തം ഓട്ടമായി. ഓട്ടം തെന്നിതെന്നി പറക്കുന്നതുപോലെയായി. അകലെ നിന്നേ അവർ കാക്കാലന്റെ വീടിന്റെ ഒരിതൾ വാതിൽ തുറന്നുവെച്ചിരിക്കുന്നതു കണ്ടു. ചിന്തുവും പിറ്റിയും ഓടി അകത്ത് കയറി. അകത്ത് ഒരിടത്ത് ഇരുന്ന് പൂമ്പാറ്റകൾ രണ്ടും തേൻ കുടിക്കുന്നു. അവർ പിറ്റിയെയും ചിന്തുവിനെയും മുഖ മുയർത്തി നോക്കി. പിറ്റി അതിലൊന്നിന്റെ മീശ പിടിച്ചു.

"യജമാനനെവിടെ യൂയൂ.....?"

"എത്താക്കാട്ടിലെ പുൽമേട്ടിലുണ്ട്.."

"അതെന്തിനാ അവിടെ ചെന്നത്..?"

"പെട്ടി തുറക്കാൻ."

"ഏത് പെട്ടി...?"

"മഴവിൽ പെട്ടി."

"അതിന്ന് താക്കോല് കിട്ട്യോ..?"

"കിട്ടി ഞങ്ങളാ കണ്ടുപിടിച്ചത്."

ഇനിയെന്തു ചെയ്യും എന്നറിയാനായി പിറ്റി ചിന്തുവിനെ നോക്കി.

ചിന്തുവും പൂമ്പാറ്റയുടെ മീശ പിടിച്ചു തിരിച്ചു.

"തേൻ കുടിച്ചത് മതി. ഞങ്ങളെ വേഗം അവിടെ കൊണ്ടാക്കിത്താ."

"ഹാവൂ. മീശയിലെ പിടിവിട്. ഞാനതിന്നു തന്നെയാ ഒരുങ്ങുന്നത്. നിങ്ങളെ അവിടെ എത്തിക്കാൻ യജമാനൻ എന്നോട് പറഞ്ഞതാ."

"എന്നാൽ വേഗം വാ."

"ഇത് കുടിച്ചുതീരാതെ എങ്ങനെയാ വരിക? ആരെങ്കിലും ഒന്നു സഹായിക്കൂ."

തേൻ വേഗം തീർക്കാനായി പിറ്റി തേൻ കോരിക്കുടിക്കുവാൻ തുടങ്ങി. ചിന്തുവിന് എന്തോ ഒരു ഉത്സാഹവും തോന്നിയില്ല. സമയം ഇഴഞ്ഞിഴഞ്ഞ് നീങ്ങുന്നപോലെ.

മോട്ടിയും ബുൾബുളും എവിടെയായിരിക്കും...?

എത്താക്കാട്ടിൽ ഉണ്ടാവുമോ...?

അതോ അവിടെനിന്നും ഇനി എങ്ങോട്ടെങ്കിലും പോയിക്കാണുമോ..?

വളരെ ഉയരത്തിൽ പറന്ന് സമയം കളയേണ്ടെന്ന് പിറ്റി

പൂമ്പാറ്റകളോട് പറഞ്ഞു. എളുപ്പവഴിയിലൂടെ പോയാൽമതി. ചിന്തുവിന് മോട്ടിയേയും ബുൾബുളിനെയും കാണാൻ ധൃതിയായിരിക്കുന്നു.

പൂമ്പാറ്റകൾ ആവുന്നത്ര ശക്തിയിൽ ചിറകു വീശി.

മേഘങ്ങൾ കഴിയുന്നത്ര വേഗത്തിൽ വഴിമാറി.

എത്താക്കാട്ടിലെ ശബ്ദങ്ങൾ ആകാശത്തിൽ വളരെ ദൂരത്തുനിന്നു തന്നെ ചിന്തു കേട്ടുകൊണ്ടിരുന്നു.

ഇതാ എത്താറായി എത്താറായെന്ന് മനസ്സ് പറഞ്ഞുകൊണ്ടിരുന്നു.

പതിന്നാല്

ഹലാക്കിലെ ഡാഡി... കവിൾ വീർത്ത മമ്മി

അവസാനത്തെ ബെല്ലടിച്ചതും പ്രാർത്ഥന ചൊല്ലിക്കഴിഞ്ഞ് വരിവരിയായ് കുട്ടികൾ ക്ലാസ്സിൽ നിന്നും പുറത്തിറങ്ങി. സത്യവതിടീച്ചറും പോകാനുള്ള തിടുക്കത്തിലായിരുന്നു. ആ തിടുക്കത്തിനിടയിലാണ്, പുറത്തേക്കിറങ്ങുന്ന കുട്ടികളുടെ വരികളിൽ എന്തോ വ്യത്യാസം അവർക്ക് അനുഭവപ്പെട്ടത്. അവർ സൂക്ഷിച്ചുനോക്കി.

കുട്ടികൾക്കിടയിൽ ചിന്തു ഇല്ല..!!

ചിന്തു എവിടെ...?

പെട്ടെന്നവർ എല്ലാവരോടും നിൽക്കാൻ പറഞ്ഞു. ഒന്നും അറിയാതെ കുട്ടികൾ പരസ്പരം നോക്കി നിന്നു. സത്യവതിടീച്ചർ എല്ലാവരേയും നോക്കി. ആർക്കും ചിന്തൂന്റെ മുഖം ഇല്ല. ഒരാൾപോലും ചിന്തൂനെപോലെ അല്ല.

ഇല്ല, ഈ കൂട്ടത്തിൽ ചിന്തു ഇല്ല.

ചിന്തു എവിടെ...?

കുട്ടികൾക്കാർക്കും ഉത്തരമില്ല.

അവരും അപ്പോഴാണ് പരസ്പരം നോക്കുന്നത്.

ചിന്തു എവിടെ... ചിന്തു എവിടെ.. എന്നു ചോദിക്കുന്നത്.

ഇനി, ചിന്തു വരി തെറ്റിച്ച് ഓടി അലമേലുവിന്റെ റിക്ഷയിലെങ്ങാനും കയറിയോ.? അതിനുള്ള സമയം ആയോ...?

ബുൾബുളിനെ കൂട്ടാതെ ചിന്തു അലമേലുവിനടുത്ത് ചെല്ലില്ല.

അതിന്ന് സമയവും ആയിട്ടില്ല.

സത്യവതിടീച്ചറുടെ പെരുവിരലിൽ തരിപ്പുകയറി.

ഈശ്വരാ.. സ്ക്കൂളിന്റെ ചിന്തു എവിടെ...?

ക്ലാസ്സിൽ നിന്നും പുറത്തിറങ്ങി വരാന്തയിൽ പുസ്തകപ്പെട്ടിയും വെച്ച് ബുൾബുൾ കൈകെട്ടി ചിന്തുവിനെ കാത്തുനിന്നു. ചിന്തു വന്നാൽ ഒരുപാട് പറയാനുണ്ട്. പിന്നെ, മേരിസിസ്റ്റർ പുതുതായി പറഞ്ഞു തന്ന ദൈവദൂതന്റെ കഥയും. ബുൾബുൾ കാത്തുനിന്നു. ചങ്ങാതി മാരെല്ലാവരും പോയി. മേരിസിസ്റ്ററും ടാറ്റ പറഞ്ഞുപോയി. ചിന്തു എവിടെ...?

മുന്നിൽ ഒഴിഞ്ഞ വരാന്ത. പിറകിൽ ഇരുട്ടുവീണ ഒഴിഞ്ഞ ക്ലാസ്സ്മുറി. അകലെയകലെ പുറത്തുപോകുന്ന കുട്ടികൾ. ബുൾബുളിന് പേടി തോന്നി തുടങ്ങി. അവൾ ഒന്നുകൂടി വരാന്തയുടെ അറ്റത്തേക്കു നോക്കി. ഇല്ല. ചിന്തു ഇല്ല. തേങ്ങൽ ഉരുട്ടിയുരുട്ടിയെടുത്ത്, ഒന്നുചുറ്റും നോക്കി ബുൾബുൾ പെട്ടന്ന് ഉച്ചത്തിൽ കരഞ്ഞു.

അലമേലു റിക്ഷയുടെ സീറ്റ് തുടച്ചു വൃത്തിയാക്കി. കുട്ടികൾക്ക് കയറു വാനായി കമ്പി അഴി താഴ്ത്തി വെച്ച്, പുറത്തേക്ക് വരുന്ന കുട്ടികളിൽ ചിന്തുവിനെയും ബുൾബുളിനെയും നോക്കി ഗെയ്റ്റിനരികിൽ നിന്നു. ഒരു തിരപോലെ കുട്ടികൾ പുറത്തേക്കൊഴുകിപ്പോയി. ചിന്തുവും ബുൾബുളും ആ തിരയിൽ ഉണ്ടായിരുന്നില്ല.

പാദം മുതൽ ഒരു തരിപ്പ് അലമേലുവിൽ വളർന്നു. അലമേലു അക ത്തേക്ക് ഓടി.

ബുൾബുളിന്റെ കൈപിടിച്ച് എതിരെ വരുന്ന സത്യവതിടീച്ചർ അലമേലു വിന്റെ പരിഭ്രമം കണ്ടതും വിളിച്ചു ചോദിച്ചു.

"ചിന്തുവന്നോ അലമേലു..."

"ഇല്ല... ചിന്തു എവിടെ ടീച്ചർ..?"

ബുൾബുൾ നിർത്താതെ കരഞ്ഞു. അലമേലു അവളെ എടുത്തു ചുമലിൽ തട്ടി. സ്കൂൾ മുഴുവൻ തിരഞ്ഞ ക്ഷീണവുമായ് സത്യവതി ടീച്ചർ അലമേലുവിന്ന് മുന്നിൽ കിതച്ചു നിന്നു. എങ്ങോട്ട് ഓടണം എവിടേക്ക് തിരിയണം എന്നു പിടി കിട്ടാതെ നാലുമൂലയിൽ നിന്നും ചിന്തുവിന്റെ വിളി കേട്ടതുപോലെ അസ്വസ്ഥനായി അലമേലു നിന്നു.

ചിന്തുവിന്റെ ഡാഡിക്ക് ഹെഡ്മാസ്റ്ററുടെ ഫോൺ വരുമ്പോൾ അയാൾ ഫാക്ടറിയുടെ ഉള്ളിലെങ്ങോ ഒരു പരിശോധന നടത്തുകയായിരുന്നു. ഡാഡിയുടെ സെക്രട്ടറിപ്പെണ്ണ് ഹെഡ്മാസ്റ്ററോട് സ്വല്പ നേരം ലൈനിൽ നിൽക്കാൻ പറഞ്ഞു. ലൈനിൽ നിൽക്കാൻ നേരമില്ലാത്ത ഹെഡ്മാസ്റ്റർ സെക്രട്ടറിപ്പെണ്ണിനെ ഒന്നു നന്നായി ശാസിച്ചു. ശകാരം കിട്ടിയതും പെണ്ണ് ഫാക്ടറിക്കുള്ളിലെ എമർജൻസി റിസീവറിലേക്ക് ഹെഡ്മാസ്റ്ററുടെ ശബ്ദം പകർത്തിക്കൊടുത്തു.

ചിന്തുവിന്റെ ഡാഡി റിസീവർ എടുത്തതും ഹെഡ്മാസ്റ്റർ ആദ്യം ചോദിച്ചത്, ചിന്തു വീട്ടിൽ എത്തിയോ എന്നായിരുന്നു. അന്ന് സ്കൂൾ ഉള്ള ദിവസമാണോ എന്ന് ഡാഡി തിരിച്ചു ചോദിച്ചു.

“ഞാൻ കുട്ടികളെ എപ്പോഴെങ്കിലുമേ കാണാറുള്ളൂ. ഇന്ന് അവർക്ക് സ്കൂൾ ഉള്ള ദിവസമാണെന്നുതന്നെ എനിക്കറിയില്ല.“

ഡാഡി തിരക്ക് വാക്കുകളിൽ പതിപ്പിച്ചു.

ഹെഡ്മാസ്റ്റർക്ക് കോപം വന്നു.

“സ്കൂൾ ഉള്ള ദിവസാണെന്ന് അറിയൂലേ...?!

നിങ്ങളെന്ത് ഹലാക്കിലെ ഡാഡിയാണ്...?!!”

ഡാഡിക്ക് ഒന്നും മനസ്സിലായില്ല.

“ഞാനെന്തിന് അതറിയണം...? അതറിയാൻ വീട്ടിൽ അവന്റെ മമ്മി ഉണ്ട്. ആയ ഉണ്ട്. ക്ലാസ് ടീച്ചറുണ്ട്. പിന്നെ നിങ്ങളൊക്കെ ഉണ്ട്. അതിനു വേണ്ടി ഞാൻ ഫീസും ഡൊണേഷനും തരുന്നുണ്ട്...”

ഹെഡ്മാസ്റ്റർക്ക് ഡാഡിയെ വളരെ ഇഷ്ടായി.

നല്ല അസ്സല് ഡാഡി...!!!

സത്യം പറഞ്ഞാൽ ഇമ്മാതിരി ഡാഡിമാരുടെ ചന്തിക്ക് നല്ല പെട കൊടുക്കണം.

ചെവി തിരുമ്മി പൊന്നാക്കണം.

പക്ഷേ ഹെഡ്മാസ്റ്റർ അതൊന്നും ചെയ്തില്ല. പകരം ഡാഡിയോട് സ്വല്പം നാട്ടു വിശേഷം ചോദിച്ചു. ഫാക്ടറിയുടെ ചുറ്റുവട്ടത്തിൽ മഴ പെയ്യുന്നുണ്ടോ എന്നു ചോദിച്ചു. പിന്നെ സാധാരണ മട്ടിൽ പറഞ്ഞു തുടങ്ങി.

“ചിന്തുവിനെ കാണാനില്ല. എപ്പോഴാണ് കാണാതായതെന്ന് അറിയില്ല. ക്ലാസ് വിടുന്ന സമയത്ത് നോക്കിയപ്പോഴാണ് കാണാനില്ലെന്ന് ടീച്ചർക്ക് മനസ്സിലായത്. രാവിലെ സ്വല്പം വാശികാണിച്ചു കൊണ്ടാണ് ക്ലാസ്സിൽ ഇരുന്നത്. എങ്ങോട്ട് പോയെന്നറിയില്ല. വീട്ടിൽ വന്നോ എന്നറിയാനാണ് വിളിച്ചു ചോദിച്ചത്. വീട്ടിലേക്ക് പലതവണ വിളിച്ചു. അവിടെ ഫോൺ എൻഗേജ്ഡാണ്.”

ഡാഡി ഒന്നു ഞെട്ടി.

ഈശ്വരാ...

പ്രത്യുത്തരം പറയാതെ തന്റെ മുറിയിലേക്ക് ഡാഡി ഓടി. വീട്ടിലേക്ക് നമ്പർ അമർത്തി.. ആകാംക്ഷയോടെ റിസീവർ ചെവിയിൽ വെച്ചു. വെറും കൂവൽ മാത്രം. എൻഗേജ്ഡ് ടോൺ. അത് പലതവണ ആവർത്തിച്ചു. റിസീവർ മാറി മാറി നമ്പർ അമർത്തി. എല്ലാത്തിലും പലതരം കൂവൽ മാത്രം.

ഇതാരാണ് ഈ സമയത്ത് ഇത്രനേരം സംസാരിക്കുന്നത്...?
അയാൾക്ക് എല്ലാം തല്ലിപ്പൊട്ടിക്കാൻ തോന്നി. ഒടുവിൽ പ്രതീക്ഷിക്കാതെ ടെലഫോൺ ഉണർന്നു. വീട്ടിൽ ഫോൺ എടുത്ത ആയ സാധാരണ മട്ടിൽ പറഞ്ഞു.

"കൊച്ചമ്മ ക്ലബ്ബിലേക്കു പോയി സാർ."

"ഇപ്പോഴോ...?!"

"അതെ സാർ. കുറച്ചു മുൻപേ കൊച്ചമ്മയുടെ ഏതോ ഫ്രണ്ട് കുറെ നേരം ഫോണിൽ സംസാരിച്ചിരുന്നു. സംസാരിച്ചു കഴിഞ്ഞതും കാറെടുത്തു പോയി. ക്ലബ്ബിലേക്കാണെന്നാ പറഞ്ഞത്."

"ഏത് ക്ലബ്ബിലേക്കാ...?"

"ഏതിലേക്കാണെന്നറിയില്ല സാർ."

മൂർദ്ധാവിൽ മുള്ളു കുത്തിയപോലെ അയാൾക്ക് തോന്നി.

അവളുടെ ഒരു നശിച്ച ഒരു ക്ലബ്ബ്. വല്ലയിടത്തേക്കും പോകുമ്പോൾ അവൾക്ക് ഒന്നു വിളിച്ചു പറഞ്ഞു കൂടെ?

അയാൾ വിറയ്ക്കുന്ന വിരലുകളോടെ ഓരോ ക്ലബ്ബിലേക്കും വിളിച്ചു ചോദിച്ചു. മിസിസ്സ് ബി.ബി.കുറുപ്പ് അവിടെയുണ്ടോ? മിസിസ്സ് ബി.ബി. കുറുപ്പ് അവിടെയുണ്ടോ?

എവിടുന്നും ഒരേ ഉത്തരംമാത്രം.

മിസിസ്സ് ബി.ബി.കുറുപ്പ് ഇത്രേം നേരം ഇവിടുണ്ടായിരുന്നു.

ഇതാ ഇപ്പോൾ പുറത്തേക്ക് പോയി.

അയാൾ വീണ്ടും വീട്ടിലേക്കു വിളിച്ചു.

"മോട്ടി വന്നോ..?"

"എത്താറായിട്ടില്ല സാർ."

"ചിന്തു വന്നോ.?"

"ഇല്ല സാർ. എത്തേണ്ട സമയം കഴിഞ്ഞു."

"അവള് വന്നോ?"

"ഇല്ല സാർ..."

"ആ കഴുത വന്നാൽ അവളുടെ മകനെ കാണാനില്ലെന്നു പറ."

ആയ ഭീതിയോടെ സാർ....സാർ...എന്നു വിളിച്ചത് അയാൾ കേട്ടില്ല.

അയാൾ മേശമേൽ മുഖം കുനിച്ച് ഇരുന്നു വിയർത്തു. ഇനി ആരെയാണ് വിളിക്കേണ്ടത്? ഡി.ഐ.ജി.യെയോ ഡി.എസ്.പി.യെയോ? ആർക്കാണ് തന്റെ മകനെ കണ്ടുപിടിക്കാൻ കഴിയുക. മനസ്സിലോർത്ത ടെലഫോൺ നമ്പറുകളെല്ലാം ആകെ കൂടിക്കുഴഞ്ഞപോലെ അയാൾക്കു തോന്നി.

ചിന്തുവിനെ കാണാനില്ലെന്ന് അലമേലുവിന്റെ പരിഭ്രമത്തിൽനിന്നും തിരിച്ചറിഞ്ഞ ബുൾബുൾ നിർത്താതെ കരഞ്ഞു തുടങ്ങി. അവൾ ചിന്തുവില്ലാതെ റിക്ഷയിൽ ഇരിക്കാൻ തയ്യാറായില്ല. അവൾ സത്യവതിടീച്ചറിൽ നിന്നും പിടിവിട്ടില്ല.

കാറിൽ ഡി.ഐ.ജിക്കരികിൽ ഇരുന്ന് സ്കൂളിലേക്ക് പോകുമ്പോഴും ചിന്തുവിന്റെ ഡാഡിയുടെ ശ്രദ്ധ പുറത്തേക്കായിരുന്നു. വഴിയിലെവിടെയെങ്കിലും വാശി പിടിച്ച് ഇറങ്ങി നടന്ന തന്റെ മകനുണ്ടോ...? തന്റെ ചിന്തുവുണ്ടോ..?

ഡി.ഐ.ജി. പറഞ്ഞു.

“എന്നും ഇങ്ങനെതന്നെ ജീവിക്കണം. കുട്ടികളെ വല്ല ബിസ്കറ്റ് ടിന്നിലും അടച്ചിട്ട് ആയമാർക്ക് സൂക്ഷിക്കാൻ കൊടുത്തിട്ട് ഡാഡിയും മമ്മിയും ഇങ്ങനെ മേഞ്ഞു നടക്കണം. ഇത് നമ്മുടെ സൊസൈറ്റിയല്ലേ. ഇവിടെ മേഞ്ഞു നടക്കാൻ ഡാഡിമാർക്കും മമ്മിമാർക്കും ധാരാളം പുല്ലുണ്ടല്ലോ.”

എന്തും പറഞ്ഞോളൂ എന്നയാൾ വേദനയോടെ പറഞ്ഞു.

എനിക്കെന്റെ മോനെ തിരിച്ചു കിട്ടിയാൽ മതി.

ഡി.ഐ.ജി. അയാളുടെ പുറത്തു തട്ടി.

“പേടിക്കണ്ട. മോനെ തിരിച്ചു കിട്ടും.”

മദ്യവർജ്ജനത്തെ പറ്റിയുള്ള പ്രബന്ധം വായിച്ചു കേട്ടശേഷം, ഇന്ന് തൽക്കാലം ഓരോ സോഫ്റ്റ് ഡ്രിങ്ക്സും സ്നാക്സും ആവാം എന്ന ധാരണയിൽ ക്ലബ്ബംഗങ്ങൾ ഡിന്നർ ഹാളിലേക്ക് പിരിഞ്ഞു. പ്ലെയിറ്റിൽ നട്ട്സും കട്ലറ്റും എടുത്തു വെച്ച ശേഷം ഓരോരുത്തരായി ഗ്ലാസ്സിൽ ലൈംജ്യൂസ് നിറച്ചു. ഗ്ലാസ്സിന്നറ്റത്ത് വട്ടത്തിൽ മുറിച്ച ലൈം കുത്തി നിർത്തി. ചിന്തുവിന്റെ മമ്മിയായിരുന്നു എല്ലാം കലാപരമായി ഒരുക്കി വെച്ചത്. ഓരോരുത്തരും ബുഫേ കയ്യിലെടുത്തു. പിന്നെ നട്സ് കൊറിച്ചു കൊണ്ട് വായിച്ച പ്രബന്ധത്തെക്കുറിച്ച് അഭിപ്രായം പറയാൻ തുടങ്ങി. ഒരുത്തി പറഞ്ഞു.

“ലിക്കറിനെക്കുറിച്ച് പ്രതിപാദിച്ചപ്പോൾ, ഇപ്പോൾ കിട്ടുന്ന വിസ്കിയിലെ അഡൾട്ടറേഷനെക്കുറിച്ച് ഒന്നും പറഞ്ഞു കണ്ടില്ല.”

പ്രബന്ധം എഴുതിയ ആൾ അതിനെ എതിർത്തു.

“അതിന് ഞാൻ ഇപ്പഴിറങ്ങുന്ന ചീപ്പ് വിസ്ക്കികളൊന്നും കുടിച്ചിട്ടില്ല. പിന്നെങ്ങിനെയാ ഞാനറിയുന്നത്...?”

ആ തർക്കത്തിന് മറ്റൊരുത്തി മൂക്കു കയർ പിടിച്ചു.

“ഇന്ന വിസ്ക്കിയെന്നൊന്നുമില്ല. എല്ലാത്തിലും മായം. പിന്നെ ഭാഗ്യം കൊണ്ട് നമ്മളൊക്കെ രക്ഷപ്പെടുന്നു എന്നുമാത്രം.”

വേറൊരുത്തി അവളുടെ ചന്തി താങ്ങി.

"ഐ പ്രിഫർ കോക്ക്ടെയിൽ. അപ്പോൾ മായം ഉണ്ടെങ്കിലും ഒന്നിന്റെ വിഷം മറ്റൊന്നിന്റെ വിഷംകൊണ്ട് പരിഹരിച്ചോളും."

തർക്കം അങ്ങനെ നീങ്ങി. ചിന്തുവിന്റെ ഡാഡിയും ഡി.ഐ.ജി.യും ഡിന്നർ ഹാളിലേക്ക് വരുമ്പോൾ, പ്ലെയിറ്റിൽ വീണ്ടും നട്സ് നിറയ്ക്കുകയായിരുന്നു ചിന്തുവിന്റെ മമ്മി. ഭർത്താവിനേയും ഡി.ഐ.ജിയെയും ഒന്നിച്ചു കണ്ടതും കൂട്ടുകാർക്ക് പരിചയപ്പെടുത്താൻ ഭർത്താവിന്റെ സുഹൃത്തായി ഇതിലും ഉയർന്ന ഒരാളെ കിട്ടാനില്ലെന്ന പ്രൗഢിയോടെ, അവർ ഭർത്താവിന്നരികിലേക്ക് കൈ രണ്ടും നീട്ടി നീങ്ങി.

"കം....ഹണി....."

വിറച്ചു നിൽക്കുകയായിരുന്നു അയാൾ.

തീരെ പ്രതീക്ഷിക്കാതെയാണ് അയാൾ ഭാര്യയുടെ തലമുടിയിൽ കുത്തിപ്പിടിച്ച് ആകെയൊന്ന് കുലുക്കിയശേഷം ഇടത്തേ കവിളിൽ ആഞ്ഞടിച്ചത്. ഡി.ഐ.ജി. തടയാൻ ഭാവിച്ചതും അയാൾ പെട്ടെന്ന് കുനിഞ്ഞ് ഭാര്യയുടെ ഇടത്തേ ചന്തിക്ക് ഒരു ചവിട്ടു കൂടി കൊടുത്ത് ദൂരേക്ക് കശക്കിയെറിഞ്ഞുകൊണ്ട് അലറി.

"വാട്ട് ദ ഹെൽ യു ആർ ഡൂയിങ്ങ് ഹിയർ...?"

മെംബർമാർ ഒരു വശത്ത് ആട്ടി തെളിച്ചപോലെ ഒതുങ്ങി. നിലത്തു നിന്നും പതുക്കെ എഴുന്നേൽക്കുമ്പോൾ ചിന്തുവിന്റ മമ്മി കവിൾ തടവി. അവിടം ഒരു പന്തുപോലെ വീർത്തിരിക്കുന്നു.

സംസാരിക്കാൻ വയ്യ.

നല്ല തരിപ്പ്.

ആദ്യമായാണ് ആ കൈയ്യുടെ ചൂട് അറിയുന്നത്. അത് ഉരുക്കു കൊണ്ടാണോ ഈശ്വരാ വാർത്തത്? എഴുന്നേൽക്കാൻ ഭാവിക്കേ അയാൾ വീണ്ടും അലറി.

"യൂ നോ അവർ സൺ ഈസ് മിസ്സിങ്ങ്.... ചിന്തുവിനെ കാണാനില്ല."

ചിന്തുവിന്റെ മമ്മി ഞെട്ടി.

അവർ അവിടെതന്നെ ഇരുന്നു പോയി.

പതിനഞ്ച്

എരുമകളും ഭാസ്കര അമ്മയും...

മൈതാനത്ത് കളിച്ച്, വിയർത്ത് കുളിച്ച് ഭാസ്കരൻ വീട്ടിൽ എത്തിയപ്പോൾ അമ്മ അവനോട് മേയാൻ വിട്ട എരുമകളെ തെളിച്ചു കൊണ്ടു വരാൻ പറഞ്ഞു.

"ഏതായാലും വിയർത്തു കുളിച്ചു, ഇനി എരുമകളെ കൊണ്ടുവന്ന ശേഷം കുളിച്ചാൽ മതി. അപ്പഴേക്കും അമ്മ പാൽ കറന്നു വെക്കാം. കുളി കഴിഞ്ഞ് വൃത്തിയുള്ള വേഷവും ഇട്ട് മോന് ഹോട്ടലിൽ പാല് കൊണ്ടു പോയി കൊടുക്കാം. അതല്ലേ നല്ലത്."

ഭാസ്കരൻ തലകുലുക്കി.

"അതാണ് നല്ലത്."

ഭാസ്കരന്റെ ആ സന്തോഷഭാവം കണ്ട് അമ്മയ്ക്കും സന്തോഷമായി. അവർ അവന്റെ തലമുടിയിൽ ഒന്നു തഴുകി.

"എന്നാ മോൻ മോന്റെ കാറെടുത്ത് പോയ്ക്കോ.."

ഭാസ്ക്കരൻ കാറെടുത്തു. ചുണ്ട് വിറപ്പിച്ച് എഞ്ചിൻ സ്റ്റാർട്ട്ചെയ്തു. ഇല്ലാത്ത ഗിയർ കൈകൊണ്ട് വായുവിൽ മുന്നോട്ട് തട്ടി. നിന്നിടത്തു നിന്നും ഇളകി കാറുപോലെ വന്നവഴി തിരിഞ്ഞോടി. ഇടവഴിയുടെ വളവിൽ അവന്റെ ഹോൺ മുഴങ്ങുന്നത് അമ്മയും കേട്ടു. അമ്മയ്ക്ക് ചിരി വന്നു.

വയൽക്കരയിൽ കാർ നിർത്തി ഭാസ്കരൻ എതിർവഴിയിലേക്ക് ഇറങ്ങി. എരുമകൾ ഏഴും വയലിന്റെ മറുകരയിൽ ഒരു മരച്ചുവട്ടിൽ സമ്മേളനം പോലെ കൂടി നിൽക്കുന്നു. ചിലതിന്റെ നോട്ടം നിലത്ത് ഒരിടത്തേക്ക്. ചിലത് ഏതാനും ചുവട് നടന്ന് ചുറ്റും നോക്കി ആരെങ്കിലും വരുന്നണ്ടോ എന്നു നോക്കി നിൽക്കുന്നു. ആരും വരുന്നില്ലെന്ന് കണ്ട് തിരിഞ്ഞ് നിന്നിടത്തേക്ക് തന്നെ വന്ന് നിലത്തു നോക്കി ഉച്ചത്തിൽ അമറുന്നു.

എന്താ ഇപ്പം ഇത്...?!

ഭാസ്കരൻ ശബ്ദമുണ്ടാക്കി എല്ലാത്തിനേയും വിളിച്ചു.

അവനെ ഒന്നു നോക്കിയതല്ലാതെ അവ അനങ്ങിയില്ല.

ഭാസ്കരന് ഇഷ്ടക്കേട് തോന്നി. ഇനി അവിടംവരെ പോയി തൊട്ടു തടവണോ ഇങ്ങോട്ട് എഴുന്നെള്ളാൻ. വഴിയരികിൽ നിന്നും എരുമകളെ പേടിപ്പിക്കാനായി നല്ല ഒരു വേലിപ്പത്തൽ അവൻ ഒടിച്ചു. അടിക്കൂല. വെറുതെ കാണിക്ക്യേ ഉള്ളൂന്ന് എരുമകൾക്കും അറിയാം. ഒടിച്ച വേലിപ്പത്തലിൽ ഇലകളുണ്ടോ എന്നൊന്നും എരുമകൾ ശ്രദ്ധിച്ചില്ല.

അവരുടെ നോട്ടം മറ്റെന്തിലോ ആണ്. അവർ ഭാസ്കരനെ നോക്കി അമറി..

ബ്രാ... ക്കരാ...

അടുത്തെത്തിയപ്പോഴാണ് ഭാസ്കരനും കാണുന്നത്. ഒന്നു നോക്കിയതും ഭാസ്കരൻ ഞെട്ടി. നിലത്ത് പുല്ലിൽ ചെരിഞ്ഞു വീണതുപോലെ കണ്ണടച്ചു കിടക്കുകയാണ് ചിന്തു. മിണ്ടാട്ടമില്ല. അനക്കമില്ല. പാതി തുറന്ന കണ്ണ്. ഉമിനീരു വന്ന സ്വൽപം തുറന്ന വായ. ഭാസ്കരൻ തൊട്ടു നോക്കി. നല്ല തണുപ്പ്.ഭാസ്ക്കരനും എരുമകളും നാലുദിക്കും നോക്കി ഉച്ചത്തിൽ നിലവിളിച്ചു.

"വേഗം വായോ... ചിന്തു വീണു കിടക്കുന്നേ... ശബ്ദമില്ലേ... അനക്കമില്ലേ.. കണ്ണു തുറക്കണില്ലേ..."

ആദ്യം ഓടിയെത്തിയത് അമ്പലക്കുളത്തിൽ കുളിക്കുന്ന ചില വയസ്സന്മാർ.

അരയിൽ കോണകം മാത്രം.

ദേഹത്ത് നനവുമാത്രം.

പിന്നെ, ഒറ്റയായി ഇരട്ടയായി ആളുകൾ ഓടിയെത്തി. കൂട്ടംകൂടി.

ചിലർ തൊട്ടു നോക്കി.

ചിലർ വിളിച്ചു നോക്കി.

ചിലർ അരികിൽ നിന്നുകൊണ്ട് കരഞ്ഞു നോക്കി.

ചിലർ ആരാണെന്ന് ചോദിച്ചു നോക്കി.

ചിന്തു ഒന്നിനും ഉത്തരം പറഞ്ഞില്ല.

ഒന്നും കേട്ടില്ല.

തണുത്തു വിറങ്ങലിച്ച ദേഹത്തിനുള്ളിൽ ഉറങ്ങാത്ത മനസ്സുമായി അവൻ സുഖമായി കിടന്നു. അവന്റെ അരികിൽ ഇരുന്ന് ഭാസ്കരൻ കരഞ്ഞു.

"എനിക്കറിയാം ചിന്തൂനെ. എന്റൊപ്പം ഒരീസം പന്ത് കളിച്ചതാ. എനിക്ക് ഇവനെ ഒരുപാട് ഇഷ്ടാ. അയ്യോ..."

കേൾക്കേണ്ട താമസം ചിലർ ചിന്തുവിന്റെ വീട്ടിലേക്കോടി. വേറെ കുറെ പേർ ചിന്തുവിനെയും എടുത്ത് ആശുപത്രിയിലേക്കോടി.

കുറെപേർ അപ്പോഴും നോക്കി നിന്നു.

കുറെപേർ എവിടേക്കെന്നറിയാതെ പിന്നാലെ ഓടി.

"അപസ്മാരാ...."

"ഇനി പാമ്പ് കടിച്ചതാവോ."

"വീട്ടിൽ നിന്നും പെണങ്ങി വന്നതാവും."

"ഒരു നല്ല കുട്ടി."

"വീട്ടില് തന്തേം തള്ളേം വേറെ വല്ലോരേം പുന്നാരിക്കാൻ നടക്കുന്നുണ്ടാവും."

"ആർക്കാ ഇപ്പോൾ കുട്ട്യോളെ പറ്റി ചിന്തയുള്ളത്...?"

"കണ്ടിട്ട് നായരാന്നാ തോന്നുന്നേ..."

"നായരോ മാപ്പിള്ള്യോ. അതിനൊന്നും വരാണ്ടിരിക്കട്ടെ..."

"മനുഷ്യനല്ല എരുമക്കാ ഇക്കാലത്ത് ബുദ്ധി. കണ്ടില്ലേ അവറ്റ കാവല് നിന്നത്."

"പാക്കരൻ നെലോളിച്ചപ്പഴാ ഞാനറിഞ്ഞത്."

"പാക്കരനല്ലപ്പാ.. ഭാസ്കരൻ."

"പ അല്ലേ ആദ്യം.? ഭ പിന്നല്ലേ വരണത്. പ ഫ ഭ ബ മ"

"ഉടുത്ത കോണകത്തോടെയാ ആ വയസ്സൻ ഓടി വന്നത്."

"പിന്നെ വരൂലേ.. അത്ര ഒച്ചത്തിലാ ഓന്റെ നെലോളി."

"നെലോളി കേൾക്കുമ്പം ആരാ ഉടുതുണി നോക്കണത്. ഇതു നല്ല കൂത്ത്."

പരസ്പരം പിരിയും വരെ ആളുകൾ ഓരോന്നു പറഞ്ഞുകൊണ്ട് നിന്നു. എരുമകൾ എല്ലാം കേട്ടു നിന്നു. കണ്ടു നിന്നു. ഒന്ന് മറ്റൊന്നിന്റെ തല ചൊറിഞ്ഞു കാതിൽ പറഞ്ഞു.

"കുട്ടി രക്ഷപ്പെടും. പേടിക്കണ്ട."

"ആ കുട്ടീനെ ഞാനും കണ്ടിട്ടുണ്ട്."

"നന്നായി പന്ത് കളിക്കും.!!"

"പക്ഷേ വീട്ടുകാര് സമ്മതിക്കൂല. ഒന്നിനും ഒരു വിവരോം ഇല്ല."

"അല്ലെങ്കിലും കുട്ട്യോളെ പറ്റി ആർക്കാ വിവരംള്ളത്..?"

"നമ്മൾക്ക് നല്ല വിവരംണ്ട്.."

"ഞാൻ മനുഷ്യന്മാർടെ കാര്യാ പറയണത്.."

"ലെഫ്റ്റ് വിങ്ങിലൂടെ കയറീട്ട് ചിന്തൂന്റെ ഒരു ഓട്ടംണ്ട്. പിന്നെ ഗോളാ യിട്ടേ തിരിഞ്ഞോടൂ.."

ഒരു കുട്ടി എരുമ അവർക്കരികിലേക്ക് വന്നു പറഞ്ഞു.

അച്ഛൻ എരുമ അവനെ ഒന്നു നക്കി.

"നേരാ.. അന്ന് മൈതാനത്ത് പാക്കരന്റെ കൂടെ കളിച്ചപ്പം മൂന്ന് ഗോളല്ലേ ഓൻ അടിച്ചത്.!!"

കേട്ട എരുമ അത് തിരുത്തി.

"പാക്കരനല്ലെടാ.. ഭാസ്കരൻ. ഇവിടെ പറഞ്ഞത് കേട്ടില്ലേ..?"

"പ അല്ലേ ആദ്യം. ഭ പിന്നല്ലേ വരണത്. ആ പറഞ്ഞതും കേട്ടില്ലേ..?"

കുട്ടി എരുമയുടെ ചിരി കണ്ട് മറ്റു എരുമകളും പരസ്പരം ചിരിച്ചു.

പിന്നെ ദൂരേക്കും നോക്കി പഴയപോലെ നിന്നു.

ചിന്തൂനേം എടുത്തോടിയ ഭാസ്കരൻ ഇനി എപ്പോഴാണാവോ രണ്ടാമതും വരിക?

പതിനാറ്
മോട്ടി

ചിന്തുവിനെ കാണാതായ കാര്യം ആയ മോട്ടിയോട് പറഞ്ഞിരുന്നില്ല. മോട്ടിയോട് അത് പറയേണ്ടെന്നു തോട്ടക്കാരനും പറഞ്ഞു. ചിന്തു എന്നു വെച്ചാൽ അവൾക്കു ജീവനാണ്. അവനെ കാണുന്നില്ലെന്നു പറഞ്ഞാൽ അവൾ ബഹളംവെക്കും. അത് വല്ല മോഹാലസ്യത്തിലോ, എടുത്തു ചാട്ടത്തിലോ അവസാനിച്ചാൽ പിന്നെ എന്താവും ഗതി?
തോട്ടക്കാരൻ ആയയുടെ വായ തുന്നിക്കെട്ടി.

"പറയരുത്. ഒന്നും പറയരുത്."

മോട്ടി എത്തുന്നതിനുമുൻപ് തന്നെ അലമേലു എത്തി. മടിയിൽ ബുൾബുൾ.

ആയ ചെന്ന് എടുക്കാനായി കൈ നീട്ടി. ബുൾബുൾ പോയില്ല. തോട്ടക്കാരൻ ഒരു വലിയ പാവയെ കൊടുത്തു. അതവൾ തോട്ടത്തിലേക്കു തന്നെ വലിച്ചെറിഞ്ഞു. എന്നിട്ടും തോട്ടക്കാരൻ അനുനയത്തിൽ അരികിൽക്കൂടി, ചിന്തുവിനെ കാണിച്ചുതരാം, ചിന്തു പന്തു കളിക്കാൻ പോയ തല്ല എന്നും മറ്റും പറഞ്ഞുകൊണ്ട് അവളെ എടുത്തു മൈതാനത്തേക്ക് കൊണ്ടുപോയി. എന്തു ചെയ്യണമെന്നറിയാതെ അലമേലു വഴിമുട്ടി നിന്നു. ആയ പറഞ്ഞു.

"അലമേലൂനെ മോട്ടി കാണണ്ട. അവളിപ്പം വരും. ഇന്ന് സ്ക്കൂളിൽ എന്തോ വിശേഷം ഉണ്ടെന്നും, ചിന്തുവും ബുൾബുളും വരാൻ വൈകുന്നും ഞാനവളോട് പറയും."

അലമേലുവിനും അത് ശരിയാണെന്ന് തോന്നി.

പക്ഷേ, ചിന്തുവിന്റെ കാര്യം അറിയാതെ ഇനി എങ്ങോട്ടും പോവാൻ വയ്യ.

"അലമേലു ചെല്ല്. ചിന്തൂനെ സാറ് തിരയുന്നുണ്ട്. പോലീസ് ഇറങ്ങിയിട്ടുണ്ട്. അവര് കണ്ടുപിടിക്കും."

അലമേലു പുറത്തിറങ്ങി.

മോട്ടി എത്തുമ്പോൾ സമയം അഞ്ചു കഴിഞ്ഞു. കാറിൽ നിന്നിറങ്ങിയതും അവൾ മുകളിലെ മുറിയിലേക്കോടി. ചിന്തുവും ബുൾബുളും ചിത്രംവര തുടങ്ങിയിട്ടുണ്ടാവും. ഇന്ന് ചിന്തുവിന് പുതിയൊരു ഡ്രോയിങ്ങ് പുസ്തകം കിട്ടുമെന്ന് പറഞ്ഞിരുന്നു.

മുകളിലെ മുറിയിൽ ചിന്തുവും ബുൾബുളും ഇല്ല. മോട്ടിക്ക് അതിശയം തോന്നി. അവർ ഇനിയും വന്നില്ലേ..?!! അവരുടെ സ്ക്കൂൾ ഇന്ന് വളരെ നേരത്തെ വിട്ടതാണല്ലോ. മോട്ടിയുടെ കയ്യിൽ രണ്ടു മിഠായി ഉണ്ടായിരുന്നു. ക്ലാസ്സിലെ കൂട്ടുകാരിയുടെ പിറന്നാൾ മിഠായി. ഒന്നും തിന്നാൻ തോന്നാതെ കയ്യിൽ പിടിച്ചുകൊണ്ട്, ചിന്തുവിനും ബുൾബുളിനും പങ്കുവെക്കാൻ കൊണ്ടുവന്നതായിരുന്നു. രണ്ടും വിയർപ്പു തട്ടി നനഞ്ഞു കുതിർന്നു. രഹസ്യം സൂക്ഷിക്കുന്ന കാവൽക്കാരിയുടെ മുഖവുമായി ആയ മോട്ടിക്കു കാപ്പി പകർന്നു.

“ചിന്തുവും ബുൾബുളും എവിടെ.?”

“അവര് എത്താറായില്ല മോട്ടി. ഇന്ന് സ്ക്കൂളിൽ എന്തോ ഉണ്ടത്രെ.“

“എന്ത്..?”

“എന്തോ ഡാൻസോ പാട്ടോ....”

“എന്നിട്ട് രാവിലെ എന്നോട് പറഞ്ഞിട്ടില്ലല്ലോ.”

“മറന്നതാവും.”

മോട്ടിക്ക് വിശ്വാസം വന്നില്ല. ചിന്തുവും ബുൾബുളും അത് തന്നോട് പറയാൻ മറക്കേ? അത് ഈ ജന്മം ഉണ്ടാവില്ല. അതെന്ത് ഡാൻസാണെന്ന് ചോദിച്ചുംകൊണ്ട് മോട്ടി ഫോണിനടുത്തേക്കു ചെന്നു. ചിന്തുവിന്റെ സ്ക്കൂൾ നമ്പർ അവൾക്ക് കാണാപാഠമാണ്.

ഫോൺ ചെയ്യരുത് എന്നു പറയാൻ ആയയ്ക്ക് ധൈര്യം വന്നില്ല. മോട്ടി വലിയ കുട്ടിയാണ്. ആയ വിറച്ചു നിന്നു. ഇതാ ഇപ്പോൾ എല്ലാം പൊളിയും.

മോട്ടി നമ്പർ കറക്കി. റിസീവർ അകലെ ശബ്ദിച്ചു. നിരന്തരം മണിയടിച്ചു. സ്കൂളിൽ അത് ആരും എടുത്തില്ല. അവിടെയെന്താ ആരും ഇല്ലേ...? ഡാൻസും പാട്ടും ഉണ്ടെങ്കിൽ ഹെഡ്മാസ്റ്റർ മുറി പൂട്ടുമോ? മോട്ടി സമയം നോക്കി. സമയ് ആറ് കഴിഞ്ഞിരിക്കുന്നു. അവൾ റിസീവർ ക്രാഡിലിൽ തന്നെ വെച്ച് ആയയെ നോക്കി.

“ആരും എടുക്കുന്നില്ല.”

“എല്ലാരും ഡാൻസ് കാണാൻ പോയിട്ടുണ്ടാവും.”

ഒന്നുകൂടി വിളിച്ചാലോ എന്ന് മോട്ടിക്ക് തോന്നി. വീണ്ടും ഡയൽ കറക്കാനൊരുങ്ങിയതും പുറത്ത് ബഹളം കേട്ടു. ആരൊക്കെയോ ചേർന്ന് ആരെയോ വിളിക്കുന്നു.

മോട്ടി പുറത്തേക്കോടി.

വരാന്തയിൽ ഗൂർഖയോടൊപ്പം നാലഞ്ചു പേർ. ഭയന്നു നിൽക്കുന്ന ഭാസ്കരൻ. ഭാസ്കരൻ മോട്ടിയെ ചൂണ്ടി മറ്റുള്ളവരോട് പറഞ്ഞു.

"ഇതാ ചിന്തൂന്റെ ചേച്ചി."

മോട്ടി ഭാസ്കരന്റെ കൈപിടിച്ചു.

"എന്താ ഭാസ്കരാ..... ചിന്തു എവിടെ..?"

ഭാസ്കരൻ അതിശയിച്ചു.

"എന്നെ ചേച്ചിക്ക് അറിയോ...?!"

"ചിന്തു പറഞ്ഞിട്ടുണ്ട്."

കൂട്ടത്തിലൊരാൾ മോട്ടിയോടും ഗൂർഖയോടും ആയയോടുമായി പറഞ്ഞു.

"കുട്ടി ഉണ്ട് ആ വയലിന്റെ കരയില് ബോധംകെട്ട് കിടക്കുന്നു. എടുത്ത് ആശുപത്രിയില് കൊണ്ടുപോയി. ഇവന് വീടറിയാംന്ന് പറഞ്ഞപ്പോ വിവരം പറയാംന്ന് വെച്ച് ഓടി വന്നതാ..."

മോട്ടി നിലവിളി മറന്നു.

ഈശ്വരാ,

ഞാനെന്താണ് കേട്ടത്?

അയാൾ വീണ്ടും ചോദിച്ചുകൊണ്ടിരുന്നു.

"കുട്ടീടെ അച്ഛനില്ലെ ഇവിടെ..?"

ആയ വിതുമ്പി.

"സാറ് വിവരം അറിഞ്ഞിട്ട് കുട്ടീനെ തിരഞ്ഞോണ്ടിരിക്ക്യാ. ഞാൻ ഇവളോട് ആ കാര്യം പറഞ്ഞിട്ടില്ല."

"ഒന്നും പേടിക്കാനില്ല. തല ചുറ്റീതാ. സാറ് വന്നാല് കുട്ടി സർക്കാർ ആശുപത്രീല് ഉണ്ടെന്ന് പറയ്. ഞങ്ങള് ഉണ്ട് കൂടെ."

മോട്ടി പറഞ്ഞു.

"ഞാൻ വരാം."

പിന്നീടവൾ ഗൂർഖയോട് കണ്ണുരുട്ടി.

"എന്താ നോക്കി നിൽക്കുന്നത്. വേഗം കാറിൽ കയറ്."

മോട്ടി ഭാസ്കരന്റെ കൈപിടിച്ചു.

"വാ.."

മോട്ടി പോകേണ്ടെന്ന് ആയ പറഞ്ഞു നോക്കി. അവൾ തിരിഞ്ഞു നിന്ന് ആയയോട് ഒരു ഉത്തരമേ പറഞ്ഞുള്ളൂ.

"മൈൻറ് യുവർ ഓൺ ബിസ്സിനസ്സ്. ചിന്തു എന്റെ അനിയനാണ്. മൈൻറ് ഇറ്റ്."

കാറ് വളവ് തിരിഞ്ഞ് മെയ്ൻ റോഡിലേക്ക് കടന്നതും തോട്ടക്കാരൻ മുന്നിൽ. ബുൾബുൾ കാറിലേക്ക് നോക്കി ചേച്ചീ...ന്ന് വിളിച്ചു കൂവി. മോട്ടി ബുൾബുളിനെ വാങ്ങി തോട്ടക്കാരനോട് കാര്യം പറഞ്ഞു. പിന്നെ ഡാഡി വന്നാൽ കൊടുക്കാൻ കാറിൽ വെച്ചു തന്നെ ഒരു സ്ലിപ്പും എഴുതിക്കൊടുത്തു. തോട്ടക്കാരന്ന് ഒന്നും പറയാനുണ്ടായിരുന്നില്ല. അയാൾ മോട്ടിയുടെ ചുറുചുറുക്കിൽ അദ്ഭുതം കൂറി. ഈ കുട്ടികളെ നോക്കാനാണോ സാറ് വീട്ടിൽ ഒരായയെ ചങ്ങലയ്ക്കിടുന്നത്...?!

ബുൾബുൾ മോട്ടിയെ കെട്ടിപ്പിടിച്ചു ആശ്വസിച്ചു.

അവളുടെ വിങ്ങൽ അപ്പോഴും അമർന്നിട്ടില്ലെന്നു മോട്ടി അറിഞ്ഞു.

പാവം ബുൾബുൾ.

അവൾ നല്ലവണ്ണം ഭയന്നിരിക്കുന്നു.

ഭാസ്കരന് അറിയില്ലെന്നറിഞ്ഞിട്ടും മോട്ടി അവനോട് ചോദിച്ചു.

"സ്ക്കൂളിൽ പോയ ചിന്തു എങ്ങനെയാണ് വയലിന്റെ കരയിൽ ബോധം കെട്ടു വീണത്...?"

ഭാസ്കരൻ കൈമലർത്തി. മോട്ടി മനസ്സിൽ ഉത്തരം കണ്ടെത്തി. ഒരു പക്ഷെ സത്യവതിടീച്ചർ അവനെ അടിച്ചു കാണും. അവൻ ഇറങ്ങി ഓടി ക്കാണും. അവൾ മുഖം പൊത്തി. തന്റെ ചിന്തു. ചിന്തു ചിരിച്ചുകൊണ്ട് എഴുന്നേറ്റാൽ മതിയായിരുന്നു.

നഗരം മുഴുവൻ വലംവെച്ച് തെരുവുകൾ തോറും തെണ്ടിത്തിരിഞ്ഞ് ചിന്തുവിന്റെ ഡാഡി ഒന്നുകൂടി അന്വേഷിക്കാനായി വീട്ടിലെത്തി. ചിന്തൂ...ന്ന് വിളിച്ചുകൊണ്ട് ധൃതിയിൽ അകത്തേക്ക് ചെന്നു കയറിയ അയാളുടെ കയ്യിൽ തോട്ടക്കാരൻ മോട്ടി എഴുതി കൊടുത്ത സ്ലിപ്പ് വെച്ചു.

"ഡാഡി.. നതിങ്ങ് ടു വറി. ചിന്തൂ ഈസ് ഇൻ ദ ഹോസ്പിറ്റൽ. അയാം ഓൺ ദ വേ.." ഡാഡിയുടെ കണ്ണു തിളങ്ങി.

അയാൾ മോളേ.. ന്ന് വിതുമ്പി..

മരുന്നിന്റെ മണമുള്ള കാറ്റ് പൊതിഞ്ഞുകൊണ്ട് ചിന്തു കട്ടിലിൽ കിടന്നു. അരികിൽ മോട്ടി ഇരുന്നു. ഡോക്ടർ ഗൂർഖയെ വീട്ടിലേക്കയച്ചു. ബുൾബുൾ നേഴ്സിന്റെ കൈപിടിച്ച് പുറത്തേക്ക് പോയി. ചിന്തുവിനെ കണ്ടെത്തിയല്ലോ. ബുൾബുളിന് അത് മതി. മോട്ടി ചിന്തുവിന്റെ നെറ്റി തടവി. ഡോക്ടർ അത് ശ്രദ്ധിക്കുകയായിരുന്നു.

പുറമെ ആകാംക്ഷ കാണിക്കുന്നില്ലെങ്കിലും മോട്ടി അസാധാരണമാം വിധം ഭയക്കുന്നതായി അയാളറിഞ്ഞു. ഇടയ്ക്കിടെ അയാൾ മോട്ടിയെ ചിരിപ്പിച്ചു.

"ചിന്തു കിടക്കുന്നത് കണ്ടില്ലേ. നമ്മൾ പറയുന്നതൊന്നും ഞാൻ കേൾക്കുന്നില്ലേ... രാമനാരായണ.... എന്ന ഭാവത്തിലാണ് മൂപ്പര് കിടക്കുന്നത്. നോക്കിക്കോ ഇപ്പം കണ്ണുതുറക്കും."

മോട്ടി ചിരിച്ചു. പിന്നീടവൾ അവന്റെ തണുത്തു മരവിച്ച കാലടിക്കു കീഴെ വെച്ച ഹോട്ട്ബാഗിന്റെ ചൂടു തൊട്ടു നോക്കി. ആവശ്യത്തിനു ചൂടുണ്ട്. ചിന്തുവിന്റെ മരവിപ്പ് വേഗം മാറും.

ചിന്തു ആ ചൂട് അറിഞ്ഞില്ല. അവന്റെ കാലടികൾക്കു കീഴെ മേഘങ്ങൾ ഉരസി നീങ്ങുകയായിരുന്നു. അവൻ പൂമ്പാറ്റയുടെ പുറത്തായിരുന്നു. അരികിൽ അപ്പോഴും പിറ്റിയുണ്ടായിരുന്നു. അവന്ന് ബുൾബുളിനെയും മോട്ടിയെയും കാണുവാനുള്ള ധൃതിയായിരുന്നു.

പൂമ്പാറ്റകൾ ആവുന്നത്ര ശക്തിയിൽ ചിറകുകൾ വീശി. മേഘങ്ങൾ വേഗത്തിൽ വേഗത്തിൽ വഴിമാറി. എത്താക്കാട്ടിലെ ശബ്ദങ്ങൾ ആകാശത്തിൽ വളരെ ദൂരെ നിന്നേ ചിന്തു കേട്ടുകൊണ്ടിരുന്നു. ഇതാ എത്താറായി എത്താറായെന്നു മനസ്സു പറഞ്ഞു കൊണ്ടിരുന്നു.

മഴവില്ലു വെച്ച കൊച്ചു പെട്ടി വലം കയ്യിൽ വെച്ച്, ഇടം കയ്യിൽ താക്കോൽ വെച്ച്, അകലെ നിന്നും പറന്നു വരുന്ന പൂമ്പാറ്റകളെ കണ്ടതും കാക്കാലൻ നൃത്തം വെക്കാൻ തുടങ്ങി. അവിടവിടെയായി കളിക്കുകയായിരുന്ന കുട്ടികൾ പലരും ഓടിക്കൂടി. അവർ വിളിച്ചു പറഞ്ഞു.

ചിന്തു വന്നേ....

പിറ്റി വന്നേ....

ചിന്തു വന്നേ...

പൂമ്പാറ്റ നിലത്തിറങ്ങി.

ചിന്തു ഓടിചെന്നു.

കാക്കാലന്റെ കൈപിടിച്ചു.

"എന്റെ ചേച്ചിയും ബുൾബുളും എവിടെ..?"

കാക്കാലൻ അത് കേട്ടില്ല. അയാൾ പെട്ടി തുറന്ന് മഴവില്ലെടുത്ത് ചിന്തുവിന് കൊടുക്കുന്നതിന്റെ ലഹരിയിലായിരുന്നു.

"ചിന്തു വന്നല്ലോ ഇനി പെട്ടിതുറക്കാം..."

പിറ്റി കുട്ടികൾക്കിടയിൽ ബുൾബുളിനെയും മോട്ടിയേയും തിരഞ്ഞു.

അവരെ അവിടെങ്ങും കണ്ടില്ല.

പിന്നെ അലമേലുവിനെ തിരഞ്ഞു.

അലമേലുവിനെ കാണാനേ ഇല്ല...

പിറ്റി ഓടിവന്ന് ചിന്തുവിനെ കെട്ടിപ്പിടിച്ചു.

"അവരെ കാണുന്നില്ല ചിന്തൂ..."

"അലമേലുവിനേം കാണാനില്ല."

ചിന്തു പെട്ടി തുറക്കുന്ന കാക്കാലനെ ഭീതിയോടെ നോക്കി നിന്നു.

കാക്കാലൻ മഴവില്ല് പുറത്തെടുക്കുന്ന തിരക്കിലാണ്.

ദാ... ഇങ്ങോട്ട് നോക്ക്,

ദാ... ഇങ്ങിനെ നോക്ക്,

ദാ...ഇതിലെ നോക്ക്,

എന്നിങ്ങനെ പറഞ്ഞുകൊണ്ട്, ചില മന്ത്രം ചൊല്ലി, താളത്തോടെ തലയാട്ടി, താക്കോൽ വട്ടം കറക്കി, ആ കറക്കത്തിനിടയിൽ താക്കോലിനെ ഒരു പൂമൊട്ടാക്കി, പൂമൊട്ട് വീണ്ടും താക്കോലാക്കി കാക്കാലൻ ചിന്തുവിന്റെ മുന്നിൽ തുറക്കാനായി ചെപ്പു വെച്ചു. ചിന്തുവിന് കരച്ചിൽ വന്നു. എന്റെ ചേച്ചിയെവിടെ. ബുൾബുളെവിടെ. അവരില്ലാതെ എനിക്കെന്ത് മഴവില്ല്...

പെട്ടി തുറക്കാൻ തുടങ്ങുന്നതിനു മുൻപേ ചിന്തു കാക്കാലന്റെ മുന്നിലേക്ക് വന്ന് പിരിച്ചിട്ട മുടിചുരുൾ രണ്ടും പിടിച്ചുവലിച്ച് അയാളെ നിലത്തേക്കു തള്ളിയിട്ടു.

"എന്റെ ചേച്ചിയെ താ. ബുൾബുളിനെ താ. എനിക്കു മഴവില്ലു വേണ്ട."

ചെറുതായി ഒന്നു വീണപ്പോൾ, ചിന്തുവിന്റെ കരച്ചിൽ കേട്ടപ്പോൾ ആണ് കാക്കാലന്ന് ലഹരിയൊഴിഞ്ഞത്. അയാൾ ചിന്തുവിനെ കെട്ടിപ്പിടിച്ചു.

"എന്തിനാ എന്റെ പൊന്നു ചിന്തു കരയുന്നത്...?"

"എന്റെ ചേച്ചിയേം ബുൾബുളിനേം കാണാനില്ല. അലമേലുവിനേം കാണാനില്ല. എനിക്കവരെ വേണം."

കാക്കാലൻ ചുറ്റും നോക്കി. ഇല്ല. അവരാരും ഇവിടെ ഇല്ല.

മോട്ടിയും ബുൾബുളും അലമേലുവും എവിടെ...?!

കുട്ടികളാരും അറിയില്ലെന്ന് പറഞ്ഞു.

പിറ്റി വിഷമിച്ചുനിന്നു.

കാക്കാലൻ തന്നെ പിറ്റിയുടെ വാദ്യമെടുത്ത് കൊട്ടി.

പറന്നുപോയ പൂമ്പാറ്റകൾ തിരികെ വന്നു.

കാക്കാലൻ അവയോട് മോട്ടിയേയും ബുൾബുളിനേയും അലമേലു വിനേയും കണ്ടുപിടിക്കാൻ പറഞ്ഞു.

"വേഗം കണ്ടുപിടിക്ക്. ചിന്തൂനെ കരയിക്കരുത്. കുട്ടികൾ കരയരുത്. കുട്ടികൾ വേദനിച്ചു കരയാതെ വളരണം. ആരായാലും വേദനിപ്പിക്കരുത്. എത്ര വിഷമം വന്നാലും വേദനിപ്പിക്കരുത്. അവർക്കൊപ്പം നിൽക്കണം. കൂടെയുണ്ടെന്ന് അവർക്ക് ബോധ്യപ്പെടണം."

പൂമ്പാറ്റകൾ പറന്നു പൊങ്ങിയ ശക്തിയിൽ പുൽമേടിൽ ഒരു തെന്നൽ വീശി. കാക്കാലൻ ചിന്തുവിനെ ആശ്വസിപ്പിച്ചു.

"അവർ വരും പൂമ്പാറ്റകൾ അവരെ കണ്ടുപിടിക്കും. ഇനി ഞാൻ ചെപ്പു തുറക്കട്ടെ. മഴവില്ലെടുത്ത് തരട്ടെ."

"വേണ്ട. എനിക്ക് അവരെ ആദ്യം കാണണം."

"അവർ വരും. അതിന്നുമുൻപേ മഴവില്ലെടുത്തൊന്ന് കയ്യിൽ വെച്ചു നോക്കിക്കേ. ചിന്തുവിന്റെ മുഖം തിളങ്ങും."

"അങ്ങനെ എന്റെ മുഖം മാത്രം തിളങ്ങണ്ട. അവരും തിളങ്ങണം. എനിക്കവരെ ആദ്യം കാണണം."

തർക്കം നീണ്ടുപോയി. കാക്കാലൻ പല സൂത്രങ്ങളും പറഞ്ഞു നോക്കി. പല വിദ്യകളും കാട്ടാമെന്ന് പറഞ്ഞു നോക്കി. ചിന്തു കുലുങ്ങിയില്ല. അവൻ ഒരേ വാശിയിൽ ഉറച്ചു നിന്നു.

"മോട്ടിയേം ബുൾബുളിനേം കാണിച്ചുതാ. അവരില്ലാതെ ചിന്തുവില്ല. ചിന്തുവില്ലാതെ അവരില്ല."

പിറ്റിയും പറഞ്ഞു.

"അവരില്ലാതെ കാക്കാലനില്ല... അവരില്ലാതെ മഴവില്ലും ഇല്ല.."

പറന്നു പോയ പൂമ്പാറ്റകൾ തിരികെ വന്നു. കാക്കാലന്നു ചുറ്റും വട്ടമിട്ടു പറന്ന് കാതിൽ ഓതി. മോട്ടിയും ബുൾബുളും അലമേലുവും തിരിച്ചു പോയി.

"തിരിച്ചു പോയോ..?!"

"തിരിച്ചു പോയി..

വെള്ളിമണൽ വീഥിയിലൂടെ,

വെൺമേഘത്തണലിലൂടെ...

ചിന്തുവിനെ എവിടെയോ കൈവിട്ടുപോയെന്ന ദുഃഖത്തോടെ...

അവർ തിരിച്ചുപോയി...

എത്ര ശക്തിയിൽ പറന്നിട്ടും അവർക്കരികിലെത്താൻ ഞങ്ങൾക്കു കഴിഞ്ഞില്ല. എത്ര ഉച്ചത്തിൽ വിളിച്ചിട്ടും അവർ ഞങ്ങളുടെ വിളി കേട്ടില്ല."

ചിന്തു മുഖംപൊത്തി പൊട്ടിക്കരഞ്ഞു. മോട്ടിയും ബുൾബുളും പോയെന്നൊ. ചിന്തുവിനെ കൂട്ടാതെ... ചിന്തുവിനെ കാണാതെ പോയെന്നോ...

കാക്കാലൻ ചിന്തൂനെ ആശ്വസിപ്പിക്കാൻ ശ്രമിച്ചു. പിറ്റി വാദ്യം കൊട്ടി കരച്ചിൽ മാറ്റാൻ നോക്കി. ചിന്തു വഴങ്ങിയില്ല. അവൻ പെട്ടന്ന്, പൂമ്പാറ്റകൾ പറന്നുവന്ന വഴിയെ വെള്ളിമണൽ വീഥി ലക്ഷ്യമാക്കി ഓട്ടം തുടങ്ങി.

പിറകെ ഓടിച്ചെന്ന് കാക്കാലൻ പറഞ്ഞു.

"പോവരുത് ചിന്തൂ... മഴവില്ലു തരാം..."

പിറകെ ചാടിച്ചാടി പിറ്റി പറഞ്ഞു.

"പോവരുത് ചിന്തൂ... വാദ്യം തരാം."

ചിന്തു ഒരേ വാശിയിൽ മറുപടി പറഞ്ഞു.

"എനിക്കൊന്നും വേണ്ട. എനിക്കെന്റെ മോട്ടിയോളം മറ്റൊരു മഴവില്ല് ഇല്ല.. എനിക്കെന്റെ ബുൾബുളോളം മറ്റൊരു വാദ്യം ഇല്ല... എനിക്കവരെ കാണണം."

അവൻ തിരിച്ചുവരുമെന്ന പ്രതീക്ഷയോടെ,..

ഇതാ നോക്ക്....

ഇതാ നോക്ക്....

എന്നു വിളിച്ചു പറഞ്ഞുകൊണ്ട് കാക്കാലൻ ചെപ്പു തുറന്നു.

ഒരു പുഴ ഒഴുകുംപോലെ ചെപ്പിന്നുള്ളിൽ നിന്നും മഴവില്ല് ആകാശത്ത് ഉയർന്നു..

കുട്ടികൾ സന്തോഷ തിമിർപ്പിൽ ആർത്തു വിളിച്ചു.

എന്നാൽ ചിന്തു ഒന്നും കണ്ടില്ല. ഒന്നും കേട്ടില്ല. അവൻ ഓടുകയായിരുന്നു. മോട്ടിക്കരികിലേക്ക്. ബുൾബുൾന്നരികിലേക്ക്...

ഓടിയോടി വെള്ളിമണൽ വീഥിയിലെത്തി. ഇരുവശത്തും അകലെയകലെ ആകാശത്തിന്റെ അതിർത്തികളിൽ നോക്കി ചിന്തു വഴി മുട്ടി നിന്നു. ഏതു വഴിക്കാണ് മോട്ടിയും ബുൾബുളും അലമേലുവും പോയത്..?

നോക്കിനിൽക്കെ അതിരുകളിലൊന്നിൽനിന്നും പഴയ കുതിരവണ്ടി ഓടിയെത്തി. വണ്ടിക്കാരൻ കൈവീശി ചിന്തുവിന്നരികിൽ വന്നു നിന്നതും ചിന്തു ചാടിക്കയറി.

"എങ്ങോട്ടു പോവാനാ...?"

"ചേച്ചീടേം ബുൾബുളിന്റേം അടുത്തേക്ക്..."

"പോവണംന്ന് തീർച്ചയാ...?"

"തീർച്ചയായും പോവണം.."

"മഴവില്ല് വേണ്ടേ...?"

"വേണ്ട..."

"കാക്കാലനെ വേണ്ടേ...?"

"വേണ്ട..."

"പിറ്റിയെ വേണ്ടേ...?"

"വേണ്ട..."

"പിന്നെന്താ വേണ്ടത്...?"

"മോട്ട്യേം ബുൾബുളേം.."

"ടിക്കറ്റുണ്ടോ...?"

"ഉണ്ട്..."

"എവിടെ..?"

"ഞാൻ തന്നെ എന്റേം അവർടേം ടിക്കറ്റ്..."

വണ്ടിക്കാരൻ ചിന്തൂന്റെ കൈ പിടിച്ചു കുലുക്കി.

"വെരിഗുഡ്. എന്നാ മെത്തയിലേക്ക് വീണോളൂ..."

ചിന്തു വണ്ടിക്കുള്ളിലെ പതുപതുത്ത മെത്തയിൽ അമർന്നു..

ചുറ്റുമുള്ള ആകാശവും വെള്ളിമണൽ വീഥിയും കുതിരവണ്ടിക്കാരന്റെ കുഞ്ഞു മുഖവും കാഴ്ച്ചയിൽ നിന്നും മറഞ്ഞു. കുതിരകൾ സന്തോഷ വിസിലടിച്ചു. വണ്ടിക്കാരൻ ഏതോ പാട്ടു പാടി. അതിൽ മോട്ടിയും ബുൾബുളും അലമേലുവും കടന്നു വന്നു.

കാക്കാലനും പിറ്റിയും ഭാസ്കരനും ടിഷ്പുവും നൃത്തം ചെയ്ത് മായാതെ നിന്നു.

ഓടിയോടി കുതിരവണ്ടി വന്നു നിന്നത് പഴയ വയൽക്കരയിൽ. വയൽക്കരയിലെ മരത്തിന്നു ചുവട്ടിൽ ചിന്തു വണ്ടിയിറങ്ങി. വണ്ടിക്കാരൻ കൈവീശി. കിരീടത്തിൽനിന്ന് കുറച്ചു പൂക്കൾ പറിച്ചെടുത്ത് ചിന്തുവിന്റെ ദേഹത്തിൽ വിതറി ഇനിയും കാണാം എന്നു പറഞ്ഞ് കൈവീശി അകന്നകന്നു പോയി. മരത്തണലിൽ ഇരുന്ന് ക്ഷീണം മാറ്റാം എന്ന് ഓർത്തുകൊണ്ട് ചിന്തു പഴയ സ്ഥാനത്തു തന്നെ ഇരുന്നു. മരക്കൊമ്പിൽനിന്നും ഇപ്പോഴും പൂകൊഴിയുന്നു. ആകാശത്തിന്ന് ഇപ്പോഴും നിറം മാറുന്നു.

പിന്നെ, വളരെ പതുക്കെ, വ്യക്തമായും അവ്യക്തമായും തനിക്കു മുന്നിൽ തെളിയുന്ന പ്രകൃതിയിൽ ചിന്തു ആരുടെയൊക്കെയോ മുഖങ്ങൾ കണ്ടു തുടങ്ങി.

അവ്യക്തമായി കേൾക്കുന്ന ശബ്ദങ്ങൾ. അവരിൽ ചിലർ കരയുന്നതാണെന്ന് മനസ്സിലായി തുടങ്ങി. മുന്നിലെ വൃക്ഷകൊമ്പുകൾ, ദേഹത്തിൽ തുളച്ചു കയറ്റിയ ഏതെല്ലാമോ കുഴലുകളായി മാറുകയാണെന്ന് വ്യക്തമായി.

ഒടുവിൽ..,

കൃഷ്ണമണികളിൽ ഉറച്ചുനിന്ന കണ്ണുനീർ തുള്ളികൾ ഇമകളിറുക്കി പൊട്ടിച്ചുകൊണ്ട് ചിന്തു പതുക്കെ കണ്ണു തുറന്നു. ഡോക്ടറുടെ ചുണ്ടിൽ സംതൃപ്തി ചിരിയായി മാറി.മമ്മി ഡാഡിയുടെ നെഞ്ഞിൽ തല ചായ്ച്ചു വിങ്ങി. അലമേലു കണ്ണു തുടച്ചു.

മോട്ടിയും ബുൾബുളും ചിന്തുവിന്റെ കണ്ണിലേക്കുറ്റു നോക്കി ചിന്തൂ... ചിന്തൂ...ന്ന് വിളിച്ചു.

ചിന്തുവിന് ഒന്നും മനസ്സിലായില്ല.

ഞാൻ ആശുപത്രിയിലാണോ..?

ഇതെന്തിനാണ് ഈ കുഴലുകൾ...?

ഇതെന്താണ് തലക്കിത്ര കനം.

മോട്ടിയും ബുൾബുളും എന്തിനാണ് എന്നെ കൂട്ടാതെ ഇങ്ങോട്ടു വന്നത്.

കുതിരവണ്ടിക്കാരൻ എന്നെ ഇറക്കിയത് വെള്ളിമണൽ വീഥിയുടെ ഓരത്തായിരുന്നല്ലോ.

മമ്മി ചിന്തുവിനെ മോനെയെന്നു വിളിച്ചു.

ഡാഡി ചിന്തുവിനെ മോനെയെന്നു വിളിച്ചു.

ചിന്തു അതൊന്നും അറിഞ്ഞില്ല. അവന് അതൊന്നും കേൾക്കേണ്ട. അവൻ കയ്യെത്തിച്ച് ബുൾബുളിന്റെ കൈപിടിച്ചു. മോട്ടിയുടെ വിരലുകൾ തൊട്ടു. അവൻ ഉറങ്ങട്ടെയെന്ന് ഡോക്ടർ പറഞ്ഞു. ആ മയക്കത്തിനിടയിലും ചിന്തു അവ്യക്തമായി പറയുന്നത് മോട്ടിയും ബുൾബുളും മാത്രം കേട്ടുകൊണ്ടിരുന്നു.

"നമുക്ക് അങ്ങോട്ട് തന്നെ പോവാം...

അങ്ങോട്ട് തന്നെ പോവാം..."

■

രഘുനാഥ് പലേരി

നോവലിസ്റ്റ്, തിരക്കഥാകൃത്ത്, സംവിധായകൻ. തൃക്കരിപ്പൂരിൽ പലേരി തറവാട്ടിൽ ജനനം. അച്ഛൻ: സി.വി. രാഘവൻനായർ. അമ്മ: പത്മാവതിയമ്മ.

കഥ, നോവൽ, തിരക്കഥ എന്നീ സാഹിത്യ മേഖലകളിൽ മുദ്ര പതിപ്പിച്ചിട്ടുണ്ട്. നിരവധി പുരസ്കാരങ്ങൾക്ക് അർഹനായിട്ടുണ്ട്.

**ഗ്രീൻ ബുക്സ് പ്രസിദ്ധീകരിച്ച
ഗ്രന്ഥകർത്താവിന്റെ ഇതര കൃതികൾ**

ഓർക്കുന്നുവോ എൻ കൃഷ്ണയെ... ഭാഗം ഒന്ന് (നോവൽ)

ഓർക്കുന്നുവോ എൻ കൃഷ്ണയെ... ഭാഗം രണ്ട് (നോവൽ)
അഗ്നിപർവ്വതങ്ങൾക്കു മുകളിൽ ഒരു പൂന്തോട്ടം.
അതിൽ പൂക്കളായി പിറന്നുപോയ ഒരച്ഛനും മകളും.

ഓർക്കുന്നുവോ എൻ കൃഷ്ണയെ... ഭാഗം മൂന്ന് (നോവൽ)
തിരശ്ശീല മായുന്ന കാലം

www.ingramcontent.com/pod-product-compliance
Lightning Source LLC
LaVergne TN
LVHW041613070526
838199LV00052B/3127
9789387331808